Tiếng Nhật sơ cấp 1

日本語初級①

Phiên bản tiếng Việt

Giải thích và dịch mẫu câu

文型説明と翻訳〈ベトナム語版〉

山﨑佳子・石井怜子・佐々木 薫・高橋美和子・町田恵子

スリーエーネットワーク

©2017 by 3A Corporation

All rights reserved. No part of this publication may be reproduced, stored in a retrieval system, or transmitted in any form or by any means, electronic, mechanical, photocopying, recording, or otherwise, without the prior written permission of the Publisher.

Published by 3A Corporation.
Trusty Kojimachi Bldg., 2F, 4, Kojimachi 3-Chome, Chiyoda-ku, Tokyo 102-0083, Japan

ISBN978-4-88319-749-1 C0081

First published 2017
Printed in Japan

Thân gửi bạn đọc!

Cuốn sách này là giáo trình bổ sung cho cuốn "Tiếng Nhật sơ cấp 1 Daichi- Bản chính", có phần dịch hội thoại, từ mới, giải thích ngữ pháp và phần từ và thông tin văn hóa liên quan của Bản chính. Bạn đọc hãy dùng cuốn sách này kết hợp kèm với Bản chính.

Nội dung cuốn sách:

1. Thân gửi bạn đọc!
2. Mục lục
3. Giải thích các ký hiệu trong bài
4. Đặc điểm của Tiếng Nhật
5. Giới thiệu nhân vật
6. Các bài học

Nội dung trong mỗi bài học:

Hội thoại: Phần dịch hội thoại.

Từ vựng: Từ mới được liệt kê chia nhóm theo thứ tự từ loại: danh từ, động từ, tính từ, danh từ riêng, v.v…Tiếp đó là các từ làm tiêu đề chẳng hạn như các từ hay bảng biểu có trong hình vẽ. Dấu * biểu thị các từ hay cách nói liên quan đến từ đã được học trong bài.

Giải thích ngữ pháp: Là phần giải thích cho các mẫu ngữ pháp được giới thiệu trong từng bài học. Điều này giúp cho chúng ta hiểu về ngữ pháp mới khi chuẩn bị trước cho tiết học hoặc ôn tập lại bài học.

Từ và thông tin văn hóa:
Đây là các từ vựng hoặc một số thông tin văn hóa có liên quan tới bài học. Phần này sẽ giúp người học mở rộng kiến thức và hiểu sâu hơn về chủ đề bài học.

Mục lục

Thân gửi bạn đọc 3
Giải thích các ký hiệu trong bài 8
Đặc điểm của tiếng Nhật 9
Giới thiệu nhân vật 10
はじめましょう 13

1 **Tôi là Lin Tai.** 16
Giải thích ngữ pháp
Câu có danh từ làm vị ngữ 1: Khẳng định và phủ định phi quá khứ
　N1 は N2 です, N じゃ ありません, S か
Từ và thông tin văn hóa: Nghề nghiệp/Sở thích

2 **Đó là đĩa CD gì?** 23
Giải thích ngữ pháp
Từ chỉ định 1: これ, それ, あれ
　これ／それ／あれ, この N／その N／あの N
Từ và thông tin văn hóa: Thực đơn

3 **Đây là trường đại học Yuri.** 29
Giải thích ngữ pháp
Từ chỉ định 2: ここ, そこ, あそこ
　ここ／そこ／あそこ, N1 は N2(địa điểm) です
Từ và thông tin văn hóa: Sơ đồ khuôn viên trường đại học

4 **Ngày mai bạn làm gì?** 35
Giải thích ngữ pháp
Câu có động từ làm vị ngữ 1: Khẳng định và phủ định phi quá khứ
　N を V ます, V ません, N(địa điểm) で V ます
Từ và thông tin văn hóa: Đồ ăn

5 **Sydney bây giờ là mấy giờ?** 41
Giải thích ngữ pháp
Câu có động từ làm vị ngữ 2: Khẳng định và phủ định quá khứ
Cách nói về thời gian
　V ました, V ませんでした, 一時一分, N(thời gian) に V ます
Từ và thông tin văn hóa: Võ đạo

6 **Đi Kyoto.** 48
Giải thích ngữ pháp
Câu có động từ làm vị ngữ 3: 行きます／来ます／帰ります
　N(địa điểm) へ 行きます／来ます／帰ります,
　N(thời gian) に 行きます／来ます／帰ります,
　N(phương tiện) で 行きます／来ます／帰ります

Từ và thông tin văn hóa: Các ngày lễ của Nhật Bản

まとめ 1 56

7 **Bức ảnh đẹp nhỉ!** 57
Giải thích ngữ pháp
Câu có tính từ làm vị ngữ 1: Khẳng định và phủ định phi quá khứ
　N は いA／なA です, N は いA くないです／なA じゃ ありません

Từ và thông tin văn hóa: Di sản thế giới

8 **Núi Phú Sĩ nằm ở đâu?** 64
Giải thích ngữ pháp
Câu biểu thị sự tồn tại
　N1(địa điểm) に N2 が あります／います,
　N1 は N2(địa điểm) に います／あります

Từ và thông tin văn hóa: Thiên nhiên

9 **Cậu thích môn thể thao nào?** 70
Giải thích ngữ pháp
Câu có bổ ngữ được đánh dấu bằng "が"
　N が 好きです／嫌いです／上手です／下手です,
　N が 分かります, S1 から, S2

Từ và thông tin văn hóa: Thể thao／Phim ảnh／Âm nhạc

10 **Tôi học trà đạo từ chị Watanabe.** 77
Giải thích ngữ pháp
Câu có động từ làm vị ngữ 4: Động từ thể hiện đối tượng tiếp nhận và đưa ra hành động bằng trợ từ "に"
　N1 に N2(vật) を V

Từ và thông tin văn hóa: Chúc tụng／Mừng tuổi／Thăm người ốm

11 **Tokyo và Seoul thì ở đâu lạnh hơn?** 83
Giải thích ngữ pháp
So sánh
　N1 は N2 が A, N1 は N2 より A,
　N1 と N2 と どちらが A か, N1 で N2 が いちばん A

Từ và thông tin văn hóa: Vũ trụ

12　Chuyến du lịch thế nào? 89
　　Giải thích ngữ pháp
　　Câu có tính từ làm vị ngữ 2, câu có danh từ làm vị ngữ 2: Khẳng định và phủ định trong quá khứ
　　　いAかったです／なAでした／Nでした,
　　　いAくなかったです／なAじゃ ありませんでした／Nじゃ ありませんでした
　　Từ và thông tin văn hóa: Các sự kiện và lễ hội trong năm

まとめ2 95

13　Muốn ăn gì đó nhi. 96
　　Giải thích ngữ pháp
　　Thể ます
　　　Nが 欲しいです, NをVたいです,
　　　N1(địa điểm)へ Vます／N2に 行きます／来ます／帰ります
　　Từ và thông tin văn hóa: Giáo dục

14　Sở thích của tôi là nghe nhạc. 103
　　Giải thích ngữ pháp
　　Các nhóm động từ
　　Động từ nguyên thể
　　Hội thoại dùng thể văn phong bình thường 1
　　　わたしの 趣味は V dic. こと／Nです, V dic. こと／Nが できます,
　　　V1 dic.／Nの まえに、V2
　　Từ và thông tin văn hóa: Cửa hàng tiện lợi

15　Bây giờ người khác đang dùng. 110
　　Giải thích ngữ pháp
　　Thể て 1
　　Hội thoại dùng thể văn phong bình thường 2
　　　Vて ください, Vて います
　　Từ và thông tin văn hóa: Bếp

16　Tôi chạm vào nó có được không? 117
　　Giải thích ngữ pháp
　　Thể て 2
　　　Vても いいです, Vては いけません, V1て、(V2て、) V3
　　Từ và thông tin văn hóa: Nhà ga

17　Đừng có quá sức nhé! 123
　　Giải thích ngữ pháp
　　Thể ない
　　Thể て 3

　　　　　Hội thoại dùng thể văn phong bình thường 3
　　　　　　V ないで ください、V なくても いいです、V1 てから、V2
　　　　　Từ và thông tin văn hóa: Máy tính và e-mail

18　Câu đã từng xem Sumo bao giờ chưa? 129
　　　　　Giải thích ngữ pháp
　　　　　Thể た
　　　　　Hội thoại dùng thể văn phong bình thường 4
　　　　　　V た ことが あります、V1 たり、V2 たり します、V1 た／N の あとで、V2
　　　　　Từ và thông tin văn hóa: Các tỉnh thành Nhật Bản

まとめ 3 135

19　Tôi thấy nhà ga vừa sáng sủa vừa sạch sẽ. 136
　　　　　Giải thích ngữ pháp
　　　　　Thể thường
　　　　　Hội thoại dùng thể văn phong bình thường 5
　　　　　　Thể thường と 思います、Thể thường と 言います
　　　　　Từ và thông tin văn hóa: Cơ thể/Bệnh tật/Vết thương

20　Đây là chiếc áo phông tôi nhận từ bạn gái. 143
　　　　　Giải thích ngữ pháp
　　　　　Định ngữ
　　　　　Câu định ngữ
　　　　　Từ và thông tin văn hóa: Màu sắc/Hoa văn/Chất liệu

21　Nếu trời mưa, tua sẽ bị hủy. 149
　　　　　Giải thích ngữ pháp
　　　　　Câu điều kiện
　　　　　　S1 たら、S2, V たら、S, S1 ても、S2
　　　　　Từ và thông tin văn hóa: Các thời kỳ của Nhật Bản

22　Chị đã nấu ăn cho tôi. 155
　　　　　Giải thích ngữ pháp
　　　　　Câu có động từ làm vị ngữ 5: Động từ cho nhận
　　　　　　N1(người) に N2(vật) を くれる、
　　　　　　V て くれる、V て もらう、V て あげる
　　　　　Từ và thông tin văn hóa: Thiệp chúc mừng năm mới

まとめ 4 161

巻末 162

Giải thích các ký hiệu trong bài

〔Ví dụ〕

N Danh từ		
N (địa điểm)	Danh từ chỉ địa điểm	〔ここ〕〔こうえん〕
N (người)	Danh từ chỉ người	〔せんせい〕〔おとこの ひと〕
N (vị trí)	Danh từ chỉ vị trí	〔まえ〕〔うえ〕
N で	Thể て của danh từ	〔やすみで〕

V Động từ		
V ます	Thể ます	〔よみます〕
V ~~ます~~	Thân động từ ở thể ます	〔よみ〕
V ましょう	V ~~ます~~ + ましょう	〔よみましょう〕
V たい	V ~~ます~~ + たい	〔よみたい〕
V て	Thể て của động từ	〔よんで〕
V た	Thể た của động từ	〔よんだ〕
V ない	Thể ない của động từ	〔よまない〕
V ないで	Thể て của thể ない	〔よまないで〕
V なくても いいです	Thân động từ ở thể ない + なくても いいです	〔よまなくても いいです〕
V dic.	Động từ nguyên thể	〔よむ〕

A Tính từ		
い A	Tính từ đuôi い	〔おおきい〕
な A	Tính từ đuôi な	〔べんり [な]〕
い A くて	Thể て của tính từ đuôi い	〔おおきくて〕
な A で	Thể て của tính từ đuôi な	〔べんりで〕

S Câu, vế câu (có chủ ngữ và vị ngữ)		〔わたしは がくせいです。〕 〔いい てんきです〕が、〔さむいです。〕

*	Những từ ngoại lệ có cách chia đặc biệt	〔*いいです〕
＊	Những từ được học trong bài hoặc những từ, cách nói có liên quan.	〔あさごはん＊〕

Đặc điểm của Tiếng Nhật

1. Tiếng Nhật không có hình thức phân chia giống đực & giống cái. Cũng không có dạng danh từ đếm được & không đếm được, số ít & số nhiều.

2. Dạng thức của động từ và tính từ trong tiếng Nhật có biến đổi.

3. Trong câu tiếng Nhật có một dạng từ loại đứng đằng sau từ mà nó bổ trợ được gọi là "Trợ từ" chỉ mối quan hệ giữa các từ trong câu hoặc biểu thị cảm xúc của người nói.
   Ví dụ: "は" (chủ đề câu nói), "で" (địa điểm thực hiện hành động), "を" (đối tượng của hành động), v.v…
   わたし は うち で えいが を みます。
   (tôi)   (nhà) (phim) (xem)
   Tôi xem một bộ phim ở nhà.

4. Vị ngữ luôn đứng cuối câu. Thì hay thái độ cảm xúc của người nói thông thường được thể hiện ở cuối câu. Ngoài ra, sự khác nhau về mức độ lịch sự cũng được thể hiện qua sự biến đổi của từ đứng cuối câu.

5. Trật tự từ trong câu không mấy khắt khe.

6. Thành phần bổ nghĩa luôn đứng trước từ hoặc cụm từ mà nó bổ nghĩa.
   Ví dụ: わたしは うちで おもしろい えいが を みます。
                        (thú vị) (phim)
   Tôi xem một bộ phim thú vị ở nhà.

7. Trong trường hợp một từ trong mạch văn được cả người nói lẫn người nghe đều đã được hiểu rõ thì từ đó thường được lược bỏ.

8. Hệ thống chữ viết
   Tiếng Nhật được viết trong sự phối hợp bởi các loại chữ viết: ① Hiragana, ② Katakana, ③ chữ Hán và ④ chữ Latinh.

   木村 さん は コンビニ で CD を 買 いました。
   ③   ①   ①   ②   ① ④ ① ③   ①

   Anh Kimura đã mua đĩa CD ở cửa hàng tiện lợi.

Giới thiệu nhân vật

Giáo viên   Nhân viên văn phòng

Suzuki Kyoko
(Nhật Bản)   Tanaka Masao
(Nhật Bản)

Người quản lý ký túc xá

Iwasaki Ichiro
(Nhật Bản)

Kimura Harue
(Nhật Bản)   Kimura Hiroshi
(Nhật Bản)   Watanabe Aki
(Nhật Bản)

Le Thi An
(Việt Nam/kỹ sư)   Alain Malet
(Pháp/nhân viên ngân hàng)   Jose Carlos
(Peru/nhân viên công ty)

はじめましょう

Từ vựng

1.

おはよう ございます。	Xin chào! (dùng vào buổi sáng)
こんにちは。	Xin chào! (dùng vào ban ngày, buổi trưa)
こんばんは。	Xin chào! (dùng vào buổi tối)
さようなら。	Tạm biệt!
ありがとう ございます。	Cảm ơn!
すみません。	Xin lỗi!
いただきます。	Xin mời! (dùng trước khi ăn hoặc uống)
ごちそうさまでした。	Cảm ơn vì bữa ăn! (dùng sau khi ăn hoặc uống)
しつれいします。　　失礼します。	Tôi xin phép! (dùng trước khi vào phòng hoặc trước khi rời khỏi phòng)

2-1.

ゼロ／れい	ゼロ／零	không
いち	一	một
に	二	hai
さん	三	ba
よん／し	四	bốn
ご	五	năm
ろく	六	sáu
なな／しち	七	bảy
はち	八	tám
きゅう／く	九	chín
じゅう	十	mười

2-2.

けいさつ	警察	cảnh sát
しょうぼうしょ	消防署	sở cứu hỏa
がっこう	学校	trường học
しやくしょ	市役所	tòa thị chính
かいしゃ	会社	công ty

2-3.

じゅういち	十一	mười một
じゅうに	十二	mười hai
じゅうさん	十三	mười ba
じゅうよん／じゅうし	十四	mười bốn
じゅうご	十五	mười lăm
じゅうろく	十六	mười sáu
じゅうなな／じゅうしち	十七	mười bảy
じゅうはち	十八	mười tám
じゅうきゅう／じゅうく	十九	mười chín
にじゅう	二十	hai mươi
さんじゅう	三十	ba mươi
よんじゅう	四十	bốn mươi
ごじゅう	五十	năm mươi
ろくじゅう	六十	sáu mươi
ななじゅう／しちじゅう	七十	bảy mươi
はちじゅう	八十	tám mươi
きゅうじゅう	九十	chín mươi
ひゃく	百	một trăm

3-1.

―じ	―時	― giờ

3-2.

—じはん	—時半	— giờ rưỡi
ごぜん	午前	buổi sáng
ごご	午後	buổi chiều

3-3.

いま なんじですか。	今 何時ですか。	Bây giờ là mấy giờ?
〜です。		〜 là 〜

4.

はじめましょう。	始めましょう。	Bắt đầu nào!
おわりましょう。	終わりましょう。	Kết thúc nào!
やすみましょう。	休みましょう。	Nghỉ nào!/Nghỉ thôi!
わかりますか。	分かりますか。	Bạn có hiểu không?
はい、わかります。	はい、分かります。	Vâng, tôi hiểu rồi.
いいえ、わかりません。	いいえ、分かりません。	Không, tôi không hiểu.
みて ください。	見て ください。	Hãy nhìn!
きいて ください。	聞いて ください。	Hãy lắng nghe!
かいて ください。	書いて ください。	Hãy viết!
もう いちど いって ください。	もう 一度 言って ください。	Hãy nói lại một lần nữa!
なまえ	名前	tên
しけん	試験	bài thi
しゅくだい	宿題	bài tập về nhà
れい	例	ví dụ
しつもん	質問	câu hỏi
こたえ	答え	câu trả lời
—ばん	—番	số —
—ページ		trang —

5.

にほんごで なんですか。	日本語で 何ですか。	Trong tiếng Nhật gọi là gì?
けいたいでんわ	携帯電話	điện thoại di động

1 Tôi là Lin Tai.

Hội thoại

Lin Tai: Chào bạn, tôi là Lin Tai. Rất vui được làm quen với bạn!
Marie Smith: Tôi là Marie Smith. Rất vui được biết bạn. Bạn đến từ đâu?
Lin Tai: Tôi đến từ Trung Quốc. Bạn thì sao?
Marie Smith: Tôi đến từ Úc.
Lin Tai: Vậy à?

Từ vựng

わたし		tôi
がくせい	学生	sinh viên, học sinh
～じん	～人	người nước ～ (hậu tố dùng để chỉ quốc tịch)
エンジニア		kỹ sư
～いん	～員	nhân viên ～
ぎんこういん	銀行員	nhân viên ngân hàng
かいしゃいん	会社員	nhân viên công ty
せんせい	先生	thày giáo, cô giáo
けんきゅういん	研究員	nhà nghiên cứu
にほんごがっこう	日本語学校	trường tiếng Nhật
だいがく	大学	trường đại học
りょう	寮	ký túc xá
かんりにん	管理人	người quản lí
(お)なまえ	(お)名前	tên (người khác)
(お)くに	(お)国	nước (người khác)
しゅみ	趣味	sở thích
すいえい	水泳	bơi lội
がっこう	学校	trường học
ともだち	友達	bạn bè
はい		vâng
いいえ		không
～さん		anh, em, chị, ông, bà… (dùng khi gọi tên người khác)
そうです。		Đúng vậy.
はじめまして。	初めまして。	Rất hân hạnh được làm quen! (với nghĩa "Lần đầu tiên tôi được gặp anh/chị")
どうぞ よろしく おねがいします。 (どうぞ よろしく。)	どうぞ よろしく お願いします。	Rất mong được anh/chị giúp đỡ!/ Rất vui được làm quen với anh/chị!

こちらこそ どうぞ よろしく おねがいします。(こちらこそ どうぞ よろしく。)	こちらこそ どうぞ よろしく お願いします。	Tôi cũng rất mong được anh/chị giúp đỡ!/Tôi cũng rất vui được làm quen với anh/chị!
すみません。		Xin lỗi!
おなまえは？	お名前は？	Tên bạn là gì?
おくには どちらですか。	お国は どちらですか。	Bạn từ đâu tới?
～から きました。	～から 来ました。	Tôi đến từ ～.
～は？		Thế còn ～?
そうですか。		Thế à?
れい	例	Ví dụ

ちゅうごく	中国	Trung Quốc
ペルー		Peru
オーストラリア		Úc
フランス		Pháp
ベトナム		Việt Nam
タイ		Thái Lan
にほん	日本	Nhật Bản
アメリカ		Mỹ
かんこく	韓国	Hàn Quốc
リン・タイ		Lin Tai
アラン・マレ		Alain Malet
レ・ティ・アン		Lê Thị An
マリー・スミス		Marie Smith
ホセ・カルロス		Jose Carlos
ポン・チャチャイ		Pon Chatchai
エミ		Emi
キム・ヘジョン		Kim Hye-Jeong
イ・ミジャ		Lee Mija
すずき きょうこ	鈴木 京子	Suzuki Kyoko

さとう さゆり	佐藤 さゆり	Sato Sayuri
のぐち おさむ	野口 修	Noguchi Osamu
ナルコ・ハルトノ		Narko Hartono
いわさき いちろう	岩崎 一郎	Iwasaki Ichiro
きむら はるえ	木村 春江	Kimura Harue
きむら ひろし	木村 洋	Kimura Hiroshi
スバルにほんごがっこう	スバル日本語学校	Trường Tiếng Nhật Subaru
みどりだいがく	みどり大学	Trường đại học Midori
ＩＴ コンピューター (アイティー)		Công ty IT
スバルりょう	スバル寮	Ký túc xá Subaru
つかいましょう	使いましょう	Cùng nhau sử dụng nào!

Giải thích ngữ pháp

1 **Câu có danh từ làm vị ngữ 1: Khẳng định và phủ định phi quá khứ**

1. わたしは リン・タイです。   *Tôi là Lin Tai.*

● N1 は N2 です

1) "です" đi kèm với N2 làm thành phần vị ngữ trong câu. "は" là trợ từ dùng để đánh dấu chủ đề của câu. Đây là câu mà ở đó N1 được nêu ra với tư cách là chủ đề câu nói, N2 đi sau đó giải thích thêm cho chủ đề.

> Trợ từ は được đọc là わ.

2) "です" thể hiện nhận định hay khẳng định về N2.

2. ポンさんは がくせいですか。   *Pon là sinh viên phải không?*

● S か

1) "か" là trợ từ đứng cuối câu dùng để tạo câu nghi vấn. Một câu nghi vấn cũng không có sự khác biệt nào về trật tự từ so với câu trần thuật. "か" ở cuối câu được phát âm với ngữ điệu đi lên.

2) Khi nhận định nội dung của câu nghi vấn là đúng hoặc khi đồng ý, ta trả lời là "はい"; còn khi nhận định nội dung câu nghi vấn là không đúng, ta trả lời là "いいえ". ⇒ **3**-2)

A：アンさんは がくせいですか。   *An là sinh viên phải không?*
B：はい、がくせいです。   *Vâng, là sinh viên.*

> Khi chủ đề câu nói đã được biết rõ, người nói sẽ lược bỏ phần "Chủ đề ＋は".

3) "はい、そうです" được dùng khi trả lời khẳng định đối với nghi vấn của câu có danh từ làm vị ngữ. Câu có ý nghĩa là: "Vâng, đúng vậy".

A：アンさんは がくせいですか。   *An là sinh viên phải không?*
B：はい、そうです。   *Vâng, đúng vậy.*

3. アンさんは がくせいじゃ ありません。   *An không phải là sinh viên.*

● N じゃ ありません

1) "じゃありません" là dạng phủ định của "です".

2）"じゃありません" sử dụng cùng với "いいえ" khi nhận định nội dung của câu nghi vấn không đúng hoặc khi thể hiện sự không đồng ý với nội dung đó.

A：アンさんは がくせいですか。　　An là sinh viên phải không?
B：いいえ、がくせいじゃ ありません。　　Không, không phải là sinh viên.

4. キムさんも がくせいです。　Kim cũng là sinh viên.

● **N1 も N2 です**

Ý nghĩa của trợ từ "も" là "cũng". Nó được sử dụng thay thế cho "は".
リンさんは がくせいです。　Lin cũng là sinh viên.
キムさんも がくせいです。　Kim cũng là sinh viên.

5. リンさんは にほんごがっこうの がくせいです。

Lin là sinh viên của trường tiếng Nhật.

● **N1 の N2**

"の" là trợ từ dùng để nối hai các danh từ với nhau. N1 luôn bổ sung ý nghĩa cho N2. Trong câu này thì N1 là một tổ chức mà N2 thuộc về.

"〜さん" đứng sau họ hoặc tên của người nghe hoặc người thứ 3 để biểu thị sự tôn trọng của người nói. Không sử dụng khi nói tên của mình.

"お" trong "(お)くに", "(お)なまえ", v.v., là một tiền tố thêm vào trước danh từ để tạo sự lịch sự cho danh từ đó. Không dùng khi nói về tên hoặc đất nước của mình.

Từ và thông tin văn hóa:

職業・趣味 Nghề nghiệp/Sở thích

1. 職業 Nghề nghiệp

会社員	公務員	研究員	教師
nhân viên công ty	công chức	nhà nghiên cứu	giáo viên

学生	主婦	医師	弁護士
sinh viên	người nội trợ	bác sĩ	luật sư

看護師	警察官	農家	エンジニア
y tá/điều dưỡng	cảnh sát	nông dân	kỹ sư

2. 趣味 Sở thích

バドミントン cầu lông	テニス ten-nít	水泳 bơi lội
山登り leo núi	読書 đọc sách	旅行 du lịch
映画 phim	音楽 âm nhạc	買い物 mua sắm
写真 ảnh	料理 nấu ăn	アニメ phim hoạt hình

2 Đó là đĩa CD gì?

Hội thoại

Lin Tai: Marie à, đó là đĩa CD gì vậy?
Marie Smith: Là đĩa CD tiếng Nhật.
Lin Tai: Là đĩa CD của bạn à?
Marie Smith: Không, không phải của tôi.
Lin Tai: Của ai vậy?
Marie Smith: Của Kim.

Từ vựng

これ		cái này/đây (chỉ vật ở gần người nói)
それ		cái đó/đó (chỉ vật ở gần người nghe)
あれ		cái kia/kia (chỉ vật ở phía xa)
この		～ này
その		～ đó
あの		～ kia
ノート		quyển vở
ほん	本	sách
ざっし	雑誌	tạp chí
パソコン		máy tính cá nhân (laptop)
かさ	傘	ô
かばん		cặp sách
テレビ		ti vi
ボールペン		bút bi
さいふ	財布	cái ví
しんぶん	新聞	báo
さとう	砂糖	đường
しお	塩	muối
しょうゆ		xì dầu
ソース		nước sốt
うどん		món mì udon
そば		mì soba
みず	水	nước
ジュース		nước hoa quả
こうちゃ	紅茶	trà Lip-ton
コーヒー		cà phê
カタログ		ca-ta-lô
コンピューター		máy tính
カメラ		máy ảnh
けいたいでんわ	携帯電話	điện thoại di động

くるま	車	ô tô
〜せい	〜製	sản xuất tại 〜
ひと	人	người
シャープペンシル		bút chì kim
とりにく	とり肉	thịt gà
ぶたにく	豚肉	thịt lợn
ぎゅうどん	牛どん	món cơm phủ thịt bò
ぎゅうにく	牛肉	thịt bò
にく	肉	thịt
おやこどん	親子どん	món cơm phủ thịt gà và trứng
すきやき	すき焼き	món lẩu Sukiyaki
ラーメン		mì Ramen
やきにくていしょく	焼肉定食	cơm suất thịt nướng
CD (シーディー)		đĩa CD
〜ご	〜語	tiếng 〜
なん	何	cái gì
だれ		ai

ドイツ		Đức
イタリア		Italia/Ý
イギリス		Anh
わたなべ あき	渡辺 あき	Watanabe Aki
トム・ジョーダン		Tom Jordan

Giải thích ngữ pháp

Từ chỉ định 1: これ, それ, あれ

1. これは ノートです。　　*Đây là quyển vở.*

   ●これ／それ／あれ

   これ, それ và あれ là các từ chỉ định.

   Không đi ghép với danh từ và được sử dụng độc lập.

   これ chỉ vật ở gần người nói.

   それ chỉ vật ở gần người nghe.

   あれ chỉ vật ở cách xa cả người nói và người nghe.

2. A：これは なんですか。　　*Cái này là cái gì?*
   B：ボールペンです。　　*Là cái bút bi.*

   ●なん

   "なん" là từ để hỏi được dùng để hỏi về vật đó là cái gì. Có nghĩa là "gì/cái gì". Câu nghi vấn sử dụng từ để hỏi cũng có trật tự từ không thay đổi so với câu trần thuật.

3. A：これは なんの カタログですか。　　*Đây là cuốn ca-ta-lô gì vậy?*
   B：コンピューターの カタログです。　　*Là ca-ta-lô máy tính.*

   ●なんの N

   Sử dụng "なんの N" khi muốn hỏi về nội dung hay chủng loại của N. Có nghĩa là "N gì/N về cái gì".

4. この くるまは にほんせいです。　　*Ô tô này sản xuất tại Nhật Bản.*

   ●この N／その N／あの N

   この／その／あの luôn sử dụng kèm với danh từ ở đằng sau.

   この N chỉ vật hay người gần người nói.

   その N chỉ vật hay người gần người nghe.

   あの N chỉ vật hay người ở cách xa cả người nói và người nghe.

5. A：あの ひとは だれですか。　*Người kia là ai?*
B：リンさんです。　*Là bạn Lin.*

● だれ

"だれ" là từ để hỏi được dùng để hỏi về người nào đó là ai. Có nghĩa là "ai".

6. それは わたしの ほんです。　*Đó là quyển sách của tôi.*

● N1 の N2

1) Trợ từ "の" trong câu này biểu thị người sở hữu. "わたしの" có nghĩa là "của tôi".

   Trong trường hợp danh từ theo sau "の" đã được nhận biết rõ ràng trong mạch văn là cái gì rồi thì nhiều khi danh từ đó sẽ được lược bỏ như dưới đây:

   それは わたしのです。　*Đó là của tôi.*

2) Sử dụng "だれの" khi hỏi về người sở hữu vật. Có nghĩa là: "của ai".

   それは だれの ほんですか。　*Đó là sách của ai?*
   それは だれのですか。　*Đó là của ai?*

7. A：これは さとうですか、しおですか。　*Đây là đường hay là muối?*
B：さとうです。　*Là đường.*

● S1 か、S2 か

Đây là câu nghi vấn để hỏi xem là cái nào trong hai thứ là S1 hay là S2. Câu trả lời đối với dạng câu hỏi này là không sử dụng từ "はい", "いいえ" mà chỉ trả lời thứ đã lựa chọn.

Từ và thông tin văn hóa:

メニュー Thực đơn

どんぶり Cơm Donburi

牛どん
Cơm Donburi bò

天どん
Cơm Donburi Tempura

おにぎり Cơm nắm

さけ cá hồi
梅干し mơ muối
ツナマヨ cá ngừ Mai-ô-ne

めん Các món mì

ラーメン
mì Ramen

うどん
mì Udon

そば
mì Soba

スパゲティ
mì Spa-ghét-ti, mì Ý

定食 Cơm suất

- 魚 cá
- 漬物 dưa muối
- ご飯 cơm
- みそ汁 súp Miso
- 焼魚定食 cơm suất cá nướng

さしみ定食 cơm suất cá sống
焼肉定食 cơm suất thịt nướng
天ぷら定食 cơm suất Tempura

弁当 Cơm hộp

- 野菜の煮物 rau củ hầm
- 唐揚げ thịt gà chiên
- 漬物 dưa muối
- ご飯 cơm
- サラダ xa-lát
- とりの唐揚げ弁当 cơm hộp thịt gà chiên

しょうが焼弁当 cơm hộp thịt lợn xào gừng
ハンバーグ弁当 cơm hộp thịt bò hăm-bơ-gơ

3 Đây là trường đại học Yuri.

Hội thoại

Pon Chatchai: Bạn ơi cho mình hỏi, đây có phải là trường đại học Midori không?
Sinh viên: Không, đây là trường Đại học Yuri.
Pon Chatchai: Trường Đại học Midori thì ở đâu?
Sinh viên: Ở đằng kia.
Pon Chatchai: Vậy à? Cảm ơn bạn nhé!

Từ vựng

ここ		chỗ này, ở đây, đây
そこ		chỗ đó, ở đó
あそこ		chỗ kia, ở kia, ở đằng kia
しょくどう	食堂	nhà ăn
うけつけ	受付	quầy lễ tân
〜しつ	〜室	phòng 〜
じむしつ	事務室	phòng làm việc, văn phòng
かいぎしつ	会議室	phòng họp
コンピューターしつ	コンピューター室	phòng máy tính
トイレ		nhà vệ sinh
としょしつ	図書室	thư viện
きょうしつ	教室	lớp học
ロビー		sảnh
コピーき	コピー機	máy photocopy
ゆうびんきょく	郵便局	bưu điện
びょういん	病院	bệnh viện
たいしかん	大使館	đại sứ quán
ぎんこう	銀行	ngân hàng
コンビニ		cửa hàng tiện lợi
デパート		trung tâm thương mại
えき	駅	nhà ga
じしょ	辞書	từ điển
ちず	地図	bản đồ
れいぞうこ	冷蔵庫	tủ lạnh
エアコン		máy điều hòa
とけい	時計	đồng hồ
でんしレンジ	電子レンジ	lò vi sóng
せんたくき	洗濯機	máy giặt
そうじき	掃除機	máy hút bụi
ポット		ấm phích
おちゃ	お茶	trà
ワイン		rượu vang
ビール		bia
チョコレート		sô cô la

くつ	靴	giày
ゼロ／れい	ゼロ／零	không
いち	一	một
に	二	hai
さん	三	ba
よん／し	四	bốn
ご	五	năm
ろく	六	sáu
なな／しち	七	bảy
はち	八	tám
きゅう／く	九	chín
じゅう	十	mười
ひゃく（びゃく／ぴゃく）	百	một trăm
せん（ぜん）	千	một nghìn
まん	万	mười nghìn
―かい／がい	―階	tầng ～
なん～	何～	mấy ～, ～ mấy
なんがい	何階	tầng mấy
―えん	―円	～ yên
どこ		ở đâu
いくら		bao nhiêu
じゃ		vậy thì
ちがいます。	違います。	Nhầm rồi!/Sai rồi!/Không!
どうも。		Cảm ơn nhé! (cách nói thân mật)
～を ください。		Hãy cho tôi ～!
おいしいですね。		Ngon nhỉ!

サントリー		Suntory
ロッテ		Lotte
ナイキ		Nike
アップル		Apple
キヤノン		Canon
ゆりだいがく	ゆり大学	Đại học Yuri

Giải thích ngữ pháp

Từ chỉ định 2: ここ, そこ, あそこ

1. ここは しょくどうです。   *Đây là nhà ăn.*

● ここ／そこ／あそこ

ここ、そこ và あそこ là các từ chỉ định dùng để biểu thị địa điểm.

ここ được dùng để chỉ nơi có vị trí người nói.

そこ được dùng để chỉ nơi có vị trí người nghe.

あそこ được dùng để chỉ nơi cách xa cả người nói lẫn người nghe.

Trong trường hợp người nói và người nghe ở cùng trong một phạm vi địa điểm thì "ここ" được dùng để chỉ địa điểm chung đó.

2. コピーきは あそこです。   *Máy photocopy ở đằng kia.*

● N1 は N2 (địa điểm) です

1) Mẫu câu này dùng để biểu thị nơi tồn tại của người hoặc vật.

   コピーきは あそこです。   *Máy photocopy ở đằng kia*

   トイレは そこです。   *Nhà vệ sinh ở chỗ đó*

   マリーさんは しょくどうです。   *Chị Marie ở nhà ăn.*

2) "どこ" là từ để hỏi được dùng để hỏi về địa điểm của người hoặc vật. Có nghĩa là "ở đâu".

   A：コピーきは どこですか。   *Máy photocopy ở đâu?*

   B：あそこです。   *Ở đằng kia.*

3. この パソコンは 89,000 えんです。   *Cái máy tính này 89.000 yên.*

● ―えんです

1) "～えん" là trợ từ đếm dùng để biểu thị đơn vị tiền tệ của Nhật Bản.

2) "いくら" là từ để hỏi được dùng để hỏi về giá của vật. Có nghĩa là "bao nhiêu".

   A：この パソコンは いくらですか。   *Cái máy tính này bao nhiêu tiền?*

   B：89,000 えんです。   *89.000 yên.*

4.

A：それは どこの くるまですか。 *Đó là ô tô xuất xứ từ đâu?*
B：アメリカの くるまです。 *Là ô tô xuất xứ từ Mỹ.*

● どこの N

1） Trợ từ "の" trong câu này dùng để biểu thị nơi sản xuất (đất nước hoặc công ty).

2） "どこの" N được dùng để hỏi nơi xuất xứ của thứ gì đó với ý nghĩa "Xuất xứ từ đâu".

Trợ từ "の" được dùng để bổ sung ý nghĩa cho danh từ đứng đằng sau nó dưới dạng "N1 の N2" và biểu thị người sở hữu, nội dung, chủng loại.v.v..

Hệ thống các chỉ định từ こ／そ／あ

	こ	そ	あ
Vật	これ	それ	あれ
Vật/người	この N	その N	あの N
Địa điểm	ここ	そこ	あそこ

1） "—かい" và "—えん" trong "1かい" hay "8,900えん", v.v. là các trợ từ đếm.

2） Khi đếm vật hoặc biểu thị số lượng vật thì trợ từ đếm sẽ đứng đằng sau con số. Trợ từ đếm sẽ thay đổi tùy thuộc vào đối tượng đếm.

Từ và thông tin văn hóa:

キャンパスマップ Sơ đồ khuôn viên trường đại học

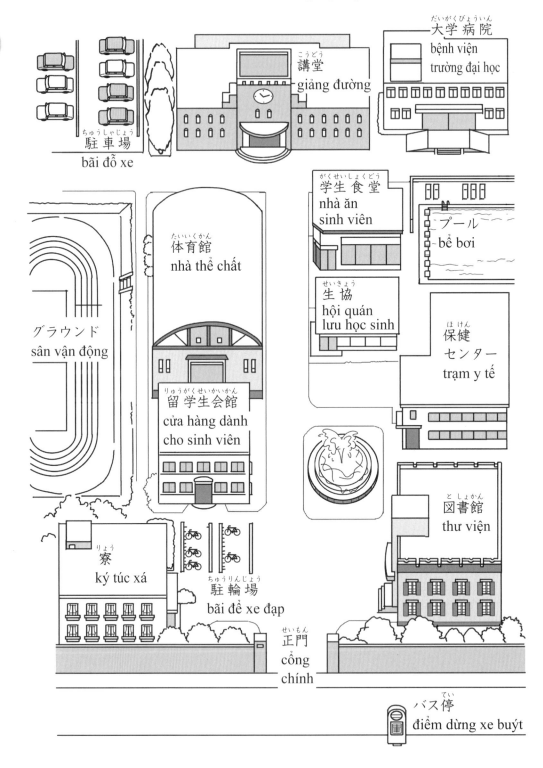

4 Ngày mai bạn làm gì?

Hội thoại

Kim: Tom ơi, ngày mai bạn làm gì?
Jordan: Tôi chơi ten-nít
Kim: Vậy à? Bạn chơi ở đâu đấy?
Jordan: Tôi chơi ở trường. Kim thì sao?
Kim: Tôi sẽ ở nhà xem phim Hàn Quốc.
Jordan: Vậy à?

Từ vựng

パン		bánh mì
さかな	魚	cá
くだもの	果物	hoa quả
やさい	野菜	rau
カレー		cà ri
ぎゅうにゅう	牛乳	sữa bò
(お)さけ	(お)酒	rượu, rượu Sake
たまご	卵	trứng
えいが	映画	phim
おんがく	音楽	âm nhạc
クラシック		nhạc cổ điển
ジャズ*		nhạc Jazz
ロック*		nhạc Rock
J-ポップ*		nhạc J-pop (nhạc Pop Nhật Bản)
テニス		ten-nít
しゅくだい	宿題	bài tập, về nhà
ジョギング		chạy bộ
サッカー		bóng đá
ゲーム		game, trò chơi
てがみ	手紙	thư
おかね	お金	tiền
きって	切手	tem
としょかん	図書館	thư viện
こうえん	公園	công viên
うち		nhà tôi, nhà, gia đình
レストラン		nhà hàng
スーパー		siêu thị
～や	～屋	cửa hàng ～
パンや	パン屋	cửa hàng bánh mì
ひるごはん	昼ご飯	bữa trưa, cơm trưa

あさごはん＊	朝ご飯	bữa sáng, cơm sáng
ばんごはん＊	晩ご飯	bữa tối, cơm tối
ごはん＊	ご飯	cơm, ăn cơm
（お）べんとう	（お）弁当	cơm hộp
りょうり	料理	món ăn
こんばん	今晩	tối nay
あした		ngày mai
きょう＊	今日	hôm nay
あさって＊		ngày kia
まいあさ	毎朝	hàng sáng
まいばん＊	毎晩	hàng tối
まいにち＊	毎日	hàng ngày
たべます Ⅱ	食べます	ăn
のみます Ⅰ	飲みます	uống
かいます Ⅰ	買います	mua
かきます Ⅰ	書きます	viết
ききます Ⅰ	聞きます	nghe
みます Ⅱ	見ます	xem
よみます Ⅰ	読みます	đọc
します Ⅲ		làm, chơi
おろします［おかねを～］ Ⅰ	下ろします［お金を～］	rút [tiền]
なに	何	cái gì
いつも		luôn luôn, bao giờ cũng
ときどき	時々	thi thoảng
それから		sau đó
しつもん	質問	câu hỏi

Giải thích ngữ pháp

Câu có động từ làm vị ngữ 1: Khẳng định và phủ định phi quá khứ

1. アンさんは パンを 食べます。   *An ăn bánh mì.*

● N を V ます

1) Có nghĩa là trong câu có động từ làm vị ngữ có một ai đó làm một cái gì đó. "を" là trợ từ dùng để biểu thị đối tượng hướng tới của hành động.

   Trợ từ "を" đọc là "お". Chữ "を" chỉ sử dụng để làm trợ từ.

2) "V ます" là động từ dạng khẳng định phi quá khứ biểu thị hành động mang tính thói quen, hành động sẽ xảy ra trong tương lai hoặc ý chí của người nói.

3) "なに" là từ để hỏi dùng để hỏi về đối tượng của hành động. Có nghĩa là "cái gì".
   A：アンさんは 何を 食べますか。   *An ăn gì?*
   B：パンを 食べます。   *Ăn bánh mì.*

2. わたしは コーヒーを 飲みません。   *Tôi không uống cà phê.*

● V ません

1) "V ません" là dạng phủ định của "V ます". Để tạo ra "V ません" ta chỉ cần bỏ "ます" và thêm "ません" như ở bảng dưới đây:

Khẳng định phi quá khứ	Phủ định phi quá khứ
のみます	のみません
ききます	ききません

2) Khi trả lời câu hỏi, câu trả lời ở dạng khẳng định và phủ định sẽ như sau:
   A　：コーヒーを 飲みますか。   *Bạn có uống cà phê không?*
   B１：はい、飲みます。   *Có, tôi có uống.*
   B２：いいえ、飲みません。   *Không, tôi không uống*

   "Bổ ngữ + を" có thể được lược bỏ khi bổ ngữ đã được biết đến rõ trong mạch văn.

3. わたしは 何も 食べません。   *Tôi không ăn gì cả.*

● 何も V ません

Câu có động từ làm vị ngữ phủ định cùng với "なにも" (từ để hỏi "なに" + trợ từ も) biểu thị ý nghĩa phủ định hoàn toàn.

A ：何を 食べますか。　　*Bạn ăn gì?*
B１：ラーメンを 食べます。　　*Tôi ăn mì Ramen.*
B２：何も 食べません。　　*Tôi không ăn gì.*

4. わたしは コンビニで パンを 買います。　*Tôi mua bánh mì ở cửa hàng tiện lợi.*

● N (địa điểm) で Ｖます

1) "で" là trợ từ biểu thị địa điểm, nơi diễn ra hành động. Có nghĩa là "ở" hoặc "tại".

2) "どこで" được dùng để hỏi về địa điểm diễn ra hành động.
   A：どこで パンを 買いますか。　*Bạn mua bánh mì ở đâu?*
   B：コンビニで 買います。　*Tôi mua ở cửa hàng tiện lợi.*

---

① テニスを します。それから、テレビを 見ます。

Tôi chơi ten-nít. Sau đó thì tôi xem ti vi.

"それから" là liên từ được dùng khi liệt kê hai câu theo thứ tự các sự việc xảy ra. Có nghĩa là "sau đó".

② パンと 野菜を 食べます。　*Tôi ăn bánh mì và rau.*

"と" là trợ từ dùng kết nối và liệt kê các danh từ. Có nghĩa là "và". Không dùng để kết nối các câu với nhau được.

"なん" và "なに" có nghĩa giống nhau.

"なに" được dùng trong nhiều trường hợp nhưng khi có những từ đứng đằng sau nó như ở dưới đây sẽ dùng "なん":

1) Khi có từ được bắt đầu bởi các chữ cái thuộc hàng "た", "だ", "な" đứng đằng sau.
   これは 何ですか。　*Đây là cái gì?*
   これは 何の 本ですか。　*Đây là sách gì?*

2) Khi có trợ từ đếm đứng kèm đằng sau.
   何階ですか。　*Tầng mấy ạ?*
   今 何時ですか。　*Bây giờ là mấy giờ?* ⇒ Bài 5

Từ và thông tin văn hóa:

食べ物 Đồ ăn

野菜 Rau

じゃがいも　たまねぎ　にんじん　レタス
きゅうり　トマト　キャベツ　ねぎ

果物 Hoa quả

りんご　みかん　いちご　桃
なし　ぶどう　すいか　バナナ

魚や貝 Đồ biển

まぐろ　さけ　さんま　えび
かに　いか　たこ　あさり

肉 Thịt

牛肉　豚肉　とり肉　ラム肉

5 Sydney bây giờ là mấy giờ?

Hội thoại

Kim: Xin chào các bạn trường tiếng Nhật Sydney!
Sinh viên: Xin chào!
Kim: Sydney bây giờ là mấy giờ?
Sinh viên: Là 12 giờ rưỡi.
Kim: Hàng ngày các bạn có học tiếng Nhật không?
Sinh viên: Có, hàng ngày chúng tôi học từ 10 giờ đến 12 giờ.
Kim: Hôm nay các bạn đã học gì?
Sinh viên: Chúng tôi đã học hội thoại và chữ Hán.
Kim: Thế à?

Từ vựng

いま	今	bây giờ
ごぜん	午前	buổi sáng
ごご	午後	buổi chiều
―じ	―時	― giờ
―ふん／ぷん	―分	― phút
―じはん	―時半	― giờ rưỡi
なんじ	何時	mấy giờ
なんぷん＊	何分	mấy phút
インターネット		internet
メール		thư điện tử, e-mail
コンサート		buổi hòa nhạc
せつめい	説明	giải thích
～かい	～会	hội ～
せつめいかい	説明会	buổi hướng dẫn, buổi giải thích
パーティー		bữa tiệc
ぶんぽう	文法	ngữ pháp
かいわ	会話	hội thoại
かんじ	漢字	chữ Hán
ていしょく	定食	cơm suất
アルバイト		làm thêm
（お）ふろ	（お）風呂	bồn tắm
おすもうさん	お相撲さん	võ sĩ Sumo
みなさん	皆さん	mọi người
せんしゅう	先週	tuần trước
こんしゅう＊	今週	tuần này
らいしゅう＊	来週	tuần sau
まいしゅう＊	毎週	hàng tuần
げつようび	月曜日	thứ hai
かようび	火曜日	thứ ba
すいようび	水曜日	thứ tư

もくようび	木曜日	thứ năm
きんようび	金曜日	thứ sáu
どようび	土曜日	thứ bảy
にちようび	日曜日	chủ nhật
なんようび*	何曜日	thứ mấy
きのう	昨日	hôm qua
おととい*		hôm kia
あさ	朝	buổi sáng
けさ*	今朝	sáng nay
ひる*	昼	buổi trưa, ban ngày
ばん*	晩	buổi tối
よる*	夜	ban đêm
おきます Ⅱ	起きます	thức dậy
ねます Ⅱ	寝ます	ngủ
べんきょうします Ⅲ	勉強します	học
けんきゅうします Ⅲ	研究します	nghiên cứu
はたらきます Ⅰ	働きます	làm việc
およぎます Ⅰ	泳ぎます	bơi
おわります Ⅰ	終わります	kết thúc
はじまります* Ⅰ	始まります	bắt đầu
れんしゅうします Ⅲ	練習します	luyện tập
はいります Ⅰ	入ります	vào (địa điểm ＋に)
やすみます Ⅰ	休みます	nghỉ, nghỉ ngơi
つくります Ⅰ	作ります	làm, chế tạo, nấu (món ăn)
―さい	―歳	― tuổi
なんさい	何歳	mấy tuổi
～から		từ ～
～まで		đến ～
～ごろ		khoảng ～
もしもし		a lô (tiếng dùng khi gọi điện thoại)
おはよう ございます。		Xin chào! (dùng vào buổi sáng)

ロンドン		Luân Đôn
ペキン		Bắc Kinh
とうきょう	東京	Tokyo
シカゴ		Chicago
ニューヨーク		New York
カイロ		Cairo
バンコク		Bangkok
シドニー		Sydney
サンパウロ		San Paulo
モンゴル		Mông cổ
すばるやま	すばる山	Subaruyama (tên của một võ sỹ Sumo)
ぶんかセンター	文化センター	trung tâm văn hóa
えいがかい	映画会	buổi chiếu phim

Giải thích ngữ pháp

Câu có động từ làm vị ngữ 2: Khẳng định và phủ định quá khứ
Cách nói về thời gian

1. 今 8時15分です。 *Bây giờ là 8 giờ 15 phút.*

● 一時 一分

1) Là cách nói biểu thị thời giờ, thể hiện bằng các trợ từ đếm "じ" (giờ), "ふん／ぷん" (phút) đứng sau số từ. Lưu ý cách phát âm của "ふん", "ぷん".

2) Sử dụng "なんじ" và "なんぷん" để hỏi về thời giờ.

A：今 何時ですか。 *Bây giờ là mấy giờ?*
B：8時15分です。 *8 giờ 15 phút.*

2. わたしは 毎朝 7時半に 起きます。 *Mỗi sáng tôi thức dậy vào lúc 7 giờ rưỡi.*

● N (thời gian) に V ます

1) "に" là trợ từ biểu thị thời gian xảy ra hành động. Có nghĩa là "vào lúc".

2) Dùng từ để hỏi "なんじに" để hỏi về thời điểm xảy ra hành động.

A：リンさんは 毎朝 何時に 起きますか。

Mỗi sáng Lin thức dậy vào lúc mấy giờ?

B：7時半に 起きます。 *Anh ấy thức dậy vào lúc 7 giờ.*

3. わたしは 月曜日から 金曜日まで 勉強します。

Tôi học từ thứ hai đến thứ sáu.

● N1 から N2 まで

1) "から" là trợ từ biểu thị điểm bắt đầu của thời gian hoặc địa điểm. Có nghĩa là "từ". "まで" là trợ từ biểu thị điểm kết thúc hoặc điểm đích đến của thời gian hoặc địa điểm. Có nghĩa là "đến".

月曜日から 金曜日まで *Từ thứ hai đến thứ sáu*
9時から 12時40分まで *Từ 9 giờ đến 12 giờ 40 phút*

2) "から", "まで" cũng có khi được dùng đi trực tiếp với "です".
学校は 9時から 12時40分までです。

Trường học từ 9 giờ đến 12 giờ 40 phút.
映画は 何時からですか。 *Bộ phim bắt đầu từ mấy giờ?*

4. わたしは 昨日(きのう) カメラを 買(か)いました。　*Hôm qua tôi đã mua chiếc máy ảnh.*

● V ました

"V ました" là dạng quá khứ của "V ます". Để tạo thành "V ました" ta bỏ "ます" và thêm "ました".

5. わたしは 昨日(きのう) 新聞(しんぶん)を 読(よ)みませんでした。　*Hôm qua tôi không đọc báo.*

● V ませんでした

"V ませんでした" là dạng quá khứ của "V ません". Để tạo thành "V ませんでした" ta thêm "でした" vào sau "V ません".

Phi quá khứ		Quá khứ	
Khẳng định	Phủ định	Khẳng định	Phủ định
かいます	かいません	かいました	かいませんでした
します	しません	しました	しませんでした
ねます	ねません	ねました	ねませんでした

① 12時(じ)ごろ 寝(ね)ました。　*Tôi đã ngủ vào khoảng 12 giờ*

"ごろ" là trợ từ biểu thị khoảng thời điểm tương đối đó. Có nghĩa là "vào khoảng/vào tầm".

Từ và thông tin văn hóa:

武道 Võ đạo

1. 伝統的な 武道 Võ truyền thống

剣道 Kiếm đạo

柔道 võ Judo

空手 võ Karate

相撲 Sumo

弓道 bắn cung

合気道 võ Aikido

2. 相撲 Sumo

力士（お相撲さん）と 行司
Võ sĩ và trọng tài

土俵　Võ đài sumo

> Mỗi năm có 6 giải thi đấu Sumo chính, mỗi lần kéo dài trong 15 ngày (tổ chức tại Tokyo 3 lần và ở Nagoya, Osaka, Fukuoka mỗi nơi một lần). Người có nhiều lần vô địch nhất sẽ chiến thắng. Vận động viên Sumo được gọi là Rikishi (võ sỹ) hay Osumo-san (võ sỹ Sumo). Các võ sĩ chuyên nghiệp được phân làm 6 cấp, trong đó cấp cao nhất là Yokozuna. Các võ sỹ trẻ vừa tập luyện vừa chung sống trong các lò luyện võ Sumo gọi là Sumobeya dưới sự dìu dắt của một sư phụ gọi là Oyakata.

6 Đi Kyoto.

Hội thoại

Tanaka: Marie à, cuối tuần này bạn làm gì?

Smith: Em đi Kyoto ạ.

Tanaka: Hay đấy! Khi là học sinh cấp ba tôi cũng đã đi. Bạn sẽ làm gì ở Kyoto?

Smith: Em sẽ gặp bạn bè. Sau đó sẽ ăn món ăn Nhật tại chùa ạ.

Tanaka: Khi nào bạn trở về?

Smith: Tối chủ nhật em sẽ về ạ.

Từ vựng

たんじょうび	誕生日	ngày sinh nhật
バス		xe buýt
ひこうき	飛行機	máy bay
でんしゃ	電車	tàu điện
じてんしゃ	自転車	xe đạp
ちかてつ	地下鉄	tàu điện ngầm
どうぶつえん	動物園	vườn thú
パンダ		gấu trúc
サラダ		xa lát
ケーキ		bánh ngọt
プール		bể bơi
ドライブ		lái xe
(お)まつり	(お)祭り	lễ hội
バイク		xe máy
はなび	花火	pháo hoa
(お)てら	(お)寺	chùa
しんかんせん	新幹線	tàu siêu tốc, tàu Shinkansen
おんせん	温泉	suối nước nóng, onsen
ふね	船	thuyền, tāu
こうこうせい	高校生	học sinh cấp 3
しゅうまつ	週末	cuối tuần
なつやすみ	夏休み	nghỉ hè
ふゆやすみ*	冬休み	nghỉ đông
らいげつ	来月	tháng sau
こんげつ*	今月	tháng này
せんげつ*	先月	tháng trước
きょねん	去年	năm ngoái
ことし*	今年	năm nay
らいねん*	来年	năm sau
いきます Ⅰ	行きます	đi
かえります Ⅰ	帰ります	về

きます Ⅲ	来ます	đến
しょくじします Ⅲ	食事します	ăn uống
あいます Ⅰ	会います	gặp (người ＋に)
－がつ	－月	tháng －
なんがつ＊	何月	tháng mấy
－にち	－日	ngày －/ mồng －
なんにち＊	何日	ngày bao nhiêu
ついたち	1日	mồng 1
ふつか	2日	mồng 2
みっか	3日	mồng 3
よっか	4日	mồng 4
いつか	5日	mồng 5
むいか	6日	mồng 6
なのか	7日	mồng 7
ようか	8日	mồng 8
ここのか	9日	mồng 9
とおか	10日	mồng 10
じゅうよっか	14日	ngày 14
はつか	20日	ngày 20
にじゅうよっか	24日	ngày 24
いつ		khi nào
あるいて	歩いて	đi bộ
いっしょに	一緒に	cùng
ひとりで	一人で	một mình
こんど	今度	lần sau, lần tới
ええ		ừ (cách nói thân mật)
～とき、～		Khi ～, ～
いいですね。		Hay nhỉ!/Tốt nhỉ!
すみません。		Xin lỗi!

ちょっと……。		Tôi e rằng hơi bị mắc một chút… (cách nói từ chối một cách khéo léo lời mời rủ rê)
ほっかいどう	北海道	Hokkaido
さっぽろ	札幌	Sapporo
せんだい	仙台	Sendai
よこはま	横浜	Yokohama
なごや	名古屋	Nagoya
きょうと	京都	Kyoto
おおさか	大阪	Osaka
ひろしま	広島	Hiroshima
べっぷ	別府	Beppu
おおさかじょう	大阪城	Thành Osaka
げんばくドーム	原爆ドーム	Nhà Vòm bom nguyên tử/ Khu tưởng niệm Hòa bình Hiroshima
たなか まさお	田中 正男	Tanaka Masao

Giải thích ngữ pháp

Câu có động từ làm vị ngữ 3: 行きます／来ます／帰ります

1. わたしは ロンドンへ 行きます。 *Tôi đi tới Luân Đôn.*

● N (địa điểm) へ 行きます／来ます／帰ります

1) "へ" là trợ từ biểu thị hướng của chuyển động và có nghĩa là "đến/tới". Sử dụng đi cùng với động từ chuyển động như là "いきます", "きます", "かえります".

    Trợ từ "へ" được đọc là "え".

2) Dùng "どこへ" để hỏi về nơi di chuyển đến. Có nghĩa là "đến đâu/tới đâu".
    A：どこへ 行きますか。 *Bạn đi đâu vậy?*
    B：銀行へ 行きます。 *Tôi đi đến ngân hàng.*

2. わたしは 3月30日に 日本へ 来ました。

Tôi đã đến Nhật Bản vào ngày 30 tháng 3.

● N (thời gian) に 行きます／来ます／帰ります

1) "に" là trợ từ đi kèm với cách nói về thời gian cùng với số từ, chẳng hạn như "3月30日" (ngày 30 tháng 3), để biểu thị thời điểm xảy ra hành động.

2) "いつ" là từ để hỏi dùng để hỏi về thời điểm xảy ra hành động. Có nghĩa là "khi nào".

3) Chú ý rằng "に" không đi với các từ như "あした", "まいあさ", "いつ", v.v. là những từ chỉ thời gian nhưng không đi kèm với số từ.
    A ：いつ 日本へ 来ましたか。 *Bạn đã đến Nhật khi nào?*
    B１：3月30日に 来ました。 *Tôi đã đến vào ngày 30 tháng 3.*
    B２：去年 来ました。 *Tôi đã đến năm ngoái.*

—に	1時に　4月に
—✗	朝　今日　毎日　いつ

Tuy nhiên, với những từ chỉ thứ trong tuần như "にちようびに" thì có thể đi cùng với "に".

3. わたしは バスで 大使館へ 行きます。　Tôi đi tới đại sứ quán bằng xe buýt.

● N (phương tiện) で 行きます／来ます／帰ります

1）"で" là trợ từ biểu thị phương tiện của chuyển động, đi kèm với các từ chỉ phương tiện giao thông như "でんしゃで" (bằng tàu điện), "ひこうきで" (bằng máy bay), "じてんしゃで" (bằng xe đạp), v.v..

Trong trường hợp của "あるいて" (đi bộ) thì không dùng đi với "で", vì vậy "あるいてで" là sai.

2）"なんで" được dùng để hỏi về phương tiện di chuyển.

　　A　：何で 大使館へ 行きますか。　Bạn đi tới đại sứ quán bằng gì?
　　B１：バスで 行きます。　Tôi đi bằng xe buýt.
　　B２：歩いて 行きます。　Tôi đi bộ.

4. わたしは 田中さんと 病院へ 行きます。

Tôi đi tới bệnh viện cùng với anh Tanaka.

● N (người) と V

1）"と" là trợ từ biểu thị người cùng tham gia thực hiện hành động. Có nghĩa là "cùng với".

2）Dùng "だれと" để hỏi về người cùng tham gia thực hiện hành động.

　　A　：だれと 病院へ 行きますか。　Bạn đi tới bệnh viện cùng với ai?
　　B１：田中さんと 行きます。　Tôi đi cùng với anh Tanaka.
　　B２：一人で 行きます。　Tôi đi một mình.

5. 一緒に 昼ご飯を 食べませんか。　Bạn ăn cơm trưa cùng tôi nhé?

● V ませんか

1）"V ませんか" là cách nói được dùng khi mời rủ ai đó. Có nghĩa là "Bạn làm gì đó cùng tôi nhé".

Để tạo ra dạng "V ませんか" chúng ta bỏ "ます" và thêm "ませんか".

　　たべます → たべませんか
　　いきます → いきませんか

2）Khi được ai đó mời rủ, ta có thể chọn một trong các cách nói sau để trả lời:

　　A ：一緒に 昼ご飯を 食べませんか。　*Chúng ta cùng ăn trưa nhé?*

　　B１：ええ、いいですね。　*Ừ, được thôi.*

　　B２：すみません。ちょっと……。

　　　　Mình xin lỗi. Mình lại hơi bị mắc một chút mất rồi...

> "Vますか" là cách nói dùng để hỏi xem có làm hành động đó hay là không làm, chứ không phải là cách nói mời rủ.

6

① どこへも 行きませんでした。　*Tôi không đi đâu cả.*

"どこへも (từ để hỏi + trợ từ + も) + động từ ở dạng phủ định" biểu thị ý nghĩa phủ định hoàn toàn. Có nghĩa là "không đến đâu cả".

　　A ：どこへ 行きますか。　*Bạn đi đâu vậy?*

　　B１：銀行へ 行きます。　*Tôi đi tới ngân hàng.*

　　B２：どこへも 行きません。　*Tôi không đi đến đâu cả.*

> Trường hợp là cụm "Từ để hỏi + を" thì sẽ thay trợ từ "を" bằng "も" để biểu thị ý nghĩa phủ định hoàn toàn.
>
> 　　A ：何を 食べますか。　*Bạn sẽ ăn gì?*
>
> 　　B１：ラーメンを 食べます。　*Tôi sẽ ăn mì Ramen.*
>
> 　　B２：何も 食べません。　*Tôi không ăn gì cả.*

Từ và thông tin văn hóa:

日本の 祝日 Các ngày lễ của Nhật Bản

1月	1日	元日 ngày đầu năm, ngày mồng một Tết
	第2月曜日*	成人の日 Ngày lễ Trưởng thành
2月	11日	建国記念の日 Ngày Quốc khánh
3月	20日ごろ	春分の日 Ngày xuân phân
4月	29日	昭和の日 Ngày lễ Chiêu Hòa
5月	3日	憲法記念日 Ngày Kỷ niệm thành lập hiến pháp
	4日	みどりの日 Ngày vì cây xanh
	5日	こどもの日 Tết thiếu nhi

ゴールデンウイーク (ngày 29/4 – 5/5)

> **ゴールデンウイーク Tuần lễ vàng**
> Kỳ nghỉ kéo dài từ ngày 29 tháng 4 đến 5 tháng 5 được gọi là "Tuần lễ vàng". Trong thời gian đó, các nơi vui chơi giải trí, các tụ điểm du lịch thường đông đúc nhộn nhịp.

7月	第3月曜日**	海の日 Ngày của biển
8月	11日	山の日 Ngày Núi
9月	第3月曜日**	敬老の日 Ngày Kính lão
	23日ごろ	秋分の日 Ngày Thu phân
10月	第2月曜日*	体育の日 Ngày vì sức khỏe
11月	3日	文化の日 Ngày lễ văn hóa
	23日	勤労感謝の日 Ngày cảm ơn lao động
12月	23日	天皇誕生日 Ngày sinh nhật Thiên Hoàng

*Ngày thứ hai của tuần thứ 2   **Ngày thứ hai của tuần thứ 3

まとめ 1

Từ vựng

りんご	quả táo

まとめ	tóm tắt, tổng hợp
おやすみなさい。	Chúc ngủ ngon!

Bức ảnh đẹp nhỉ!

Hội thoại

Lin: Marie à, bức ảnh đẹp nhỉ! Là ảnh ở đâu vậy?
Smith: Ảnh ở Sydney.
Lin: Tòa nhà màu trắng này là gì?
Smith: Nhà hát Opera. Là tòa nhà rất nổi tiếng.
Lin: Sydney là nơi như thế nào?
Smith: Là một nơi đẹp. Và còn là một nơi rất nhộn nhịp.
Lin: Vậy hả?

7　Từ vựng

はな	花	hoa
へや	部屋	phòng
アパート		khu nhà tập thể cho thuê, nhà tập thể
アニメ		phim hoạt hình
たべもの	食べ物	đồ ăn
せいかつ	生活	cuộc sống, sinh hoạt
やま	山	núi
うみ*	海	biển
バドミントン		cầu lông
スポーツ		thể thao
さくら	桜	hoa anh đào
バナナ		quả chuối
まち	町	thành phố
ゲームソフト		phần mềm game
コート		áo khoác
ところ		chỗ, nơi, địa điểm
もの		vật
しゃしん	写真	ảnh
たてもの	建物	tòa nhà
おおきい	大きい	to
ちいさい	小さい	nhỏ
あたらしい	新しい	mới
ふるい	古い	cũ
おもしろい	面白い	thú vị
たかい	高い	cao, đắt
ひくい*	低い	thấp
やすい	安い	rẻ
たのしい	楽しい	vui vẻ
いい		tốt, hay
おいしい		ngon
むずかしい	難しい	khó
あおい	青い	xanh dương

ひろい	広い	rộng
せまい*	狭い	hẹp
くろい	黒い	đen
しろい	白い	trắng
あかい*	赤い	đỏ

げんき[な]	元気[な]	khỏe mạnh
しんせつ[な]	親切[な]	thân thiện, tử tế
かんたん[な]	簡単[な]	đơn giản
きれい[な]		đẹp, sạch sẽ
にぎやか[な]		ồn ào, náo nhiệt
しずか[な]	静か[な]	yên tĩnh
べんり[な]	便利[な]	tiện lợi
ゆうめい[な]	有名[な]	nổi tiếng
たいへん[な]	大変[な]	vất vả

どう		như thế nào
どんな		như thế nào
どれ		cái nào

あまり		không…lắm
とても		rất
いちばん		nhất

| そして | | và |
| 〜が、〜。 | | 〜 nhưng 〜. |

オーストリア		Australia, Úc
ふじさん	富士山	núi Phú Sĩ
ウィーン		Viên
オペラハウス		Nhà hát Opera, Nhà hát lớn

| テレサ | | Teresa |

いけいようし	い形容詞	tính từ đuôi い
なけいようし	な形容詞	tính từ đuôi な
けいようし*	形容詞	tính từ
めいし*	名詞	danh từ
どうし*	動詞	động từ

7 Giải thích ngữ pháp

Câu có tính từ làm vị ngữ 1: Khẳng định và phủ định phi quá khứ

1. | この パソコンは 新しいです。 | *Cái máy tính này mới.* |
   | この パソコンは 便利です。 | *Cái máy tính này tiện lợi.* |

   ● N は [い A] です
         [な A]

   1) Có 2 loại tính từ trong tiếng Nhật. Đó là tính từ đuôi い (い A) và tính từ đuôi な (な A). Khi bổ sung ý nghĩa cho danh từ, người ta gọi tính từ có "い" đứng trước danh từ là tính từ đuôi い và gọi tính từ có "な" đứng trước danh từ là tính từ đuôi な. ⇒ **3**
   Tính từ đuôi な đứng trước "です" sẽ bỏ đi hậu tố "な".

   2) Tính từ trong tiếng Nhật có biến đổi đuôi. Có các dạng biến đổi là phi quá khứ và quá khứ, dạng khẳng định và phủ định.

   3) "どう" là từ để hỏi được dùng để hỏi về cảm tưởng hay ý kiến. Có nghĩa là "thế nào".

   A：この パソコンは どうですか。　*Cái máy tính này thì thế nào?*
   B：便利です。　*Nó tiện lợi.*

2. | ポンさんの 部屋は 広くないです。 | *Phòng của Pon không rộng.* |
   | ポンさんの 部屋は きれいじゃ ありません。 | *Phòng của Pon không sạch.* |

   ● N は [い A くないです   ]
         [な A じゃ ありません]

   1) Dạng phủ định phi quá khứ của tính từ đuôi い là "―くないです".
   Để tạo ra dạng này chúng ta bỏ "いです" của dạng khẳng định và thay bằng "くないです".

い A	Khẳng định phi quá khứ	Phủ định phi quá khứ
	ひろいです	ひろくないです
	あたらしいです	あたらしくないです
	*いいです	よくないです

   A　：ポンさんの 部屋は 広いですか。　*Phòng của Pon có rộng không?*
   B 1：はい、広いです。　*Có, nó rộng.*
   B 2：いいえ、広くないです。　*Không, không rộng.*

2) Dạng phủ định phi quá khứ của tính từ đuôi な là "—じゃありません".
Để tạo thành dạng này ta bỏ "です" và thay bằng "じゃありません".

な A	Khẳng định phi quá khứ	Phủ định phi quá khứ
	べんりです	べんりじゃありません
	きれいです	きれいじゃありません

  A ：ポンさんの 部屋は きれいですか。 *Phòng của Pon có sạch không?*
  B１：はい、きれいです。 *Có, sạch.*
  B２：いいえ、きれいじゃ ありません。 *Không, nó không sạch.*

3. 富士山は 高い 山です。 *Núi Phú Sĩ là ngọn núi cao.*
  富士山は 有名な 山です。 *Núi Phú Sĩ là ngọn núi nổi tiếng.*

● N1 は A＋N2 です。

1) Một tính từ có thể bổ nghĩa cho danh từ bằng cách đứng trước danh từ đó. Lúc đó, tính từ đuôi い sẽ có "い" đứng trước danh từ, tính từ đuôi な sẽ có "な" đứng trước danh từ.

2) "どんな" là từ để hỏi luôn đứng trước danh từ, được dùng để hỏi về trạng thái, tính chất hay chủng loại của danh từ. Sử dụng với hình thức "どんな N". Có nghĩa là "N như thế nào".

  A ：富士山は どんな 山ですか。 *Phú Sĩ là ngọn núi như thế nào?*
  B１：高い 山です。 *Là ngọn núi cao.*
  B２：有名な 山です。 *Là ngọn núi nổi tiếng.*

4. リンさんの かばんは どれですか。 *Cặp của Lin là cái nào?*

● どれ

"どれ" là từ để hỏi sử dụng khi phải chỉ định một thứ trong ba phương án lựa chọn trở lên. Có nghĩa là "cái nào".

  A：リンさんの かばんは どれですか。 *Cặp của Lin là cái nào?*
  B：それです。その 大きい かばんです。 *Là cái đó. Là cái cặp to đó.*

7

① 漢字は あまり 難しくないです。　*Chữ Hán không khó lắm.*

"あまり" là một phó từ biểu thị mức độ được dùng đi cùng với tính từ và động từ ở dạng phủ định.

　　漢字は 難しいです。　*Chữ Hán khó.*
　　漢字は あまり 難しくないです。　*Chữ Hán không khó lắm.*

② わたしの アパートは 広いです。そして、きれいです。

Nhà trọ của tôi rộng. Và sạch nữa.

"そして" là liên từ được dùng để liệt kê hai câu văn. Có nghĩa là "và".

③ わたしの アパートは 広いですが、きれいじゃ ありません。

Nhà trọ của tôi rộng nhưng không sạch.

"が" là trợ từ nối dùng để nối hai câu làm thành một câu. Có nghĩa là "nhưng".

④ きれいな 写真ですね。　*Thật là một bức ảnh đẹp nhỉ!*

"ね" là trợ từ cuối câu biểu thị sự đồng cảm của người nói.

Từ và thông tin văn hóa:

世界遺産 Di sản thế giới

万里の長城
(中国)

タージ・マハル
(インド)

アンコールワット
(カンボジア)

金閣寺
(日本)

自由の女神
(アメリカ)

ピサの斜塔
(イタリア)

ベルサイユ宮殿
(フランス)

ピラミッド
(エジプト)

オペラハウス
(オーストラリア)

8 Núi Phú Sĩ nằm ở đâu?

Hội thoại

Chatchai: Thưa cô, núi Phú Sĩ nằm ở đâu ạ?
Suzuki: Ở đây.
Chatchai: Từ Tokyo thì không xa lắm, cô nhỉ. Cô đã đi đến núi Phú Sĩ chưa ạ?
Suzuki: Ừ, năm ngoái cô đã đi cùng bạn.
Chatchai: Vậy ạ?
Suzuki: Có rất nhiều động vật.
Chatchai: Vậy ạ?
Suzuki: Ở trên núi có cửa hàng đồ lưu niệm, nhà ăn. Có cả bưu điện nữa đấy.
Chatchai: Vậy ạ?

Từ vựng

おとこの こ	男の 子	bé trai
おとこの ひと	男の 人	người con trai, người đàn ông
おとこ*	男	con trai
おんなの こ	女の 子	bé gái
おんなの ひと	女の 人	người con gái, người phụ nữ
おんな*	女	con gái
こども	子供	trẻ con, con
いぬ	犬	con chó
き	木	cây
じどうはんばいき	自動販売機	máy bán hàng tự động
ねこ	猫	con mèo
はこ	箱	cái hộp
つくえ	机	cái bàn
パジャマ		bộ pajama, bộ đồ ngủ
ピアノ		đàn piano, dương cầm
ベッド		giường
テスト		bài kiểm tra, bài thi
テーブル		cái bàn
こうばん	交番	đồn cảnh sát
バスてい	バス停	điểm dừng xe buýt
ポスト		hòm thư
でんわ	電話	điện thoại
ロッカー		tủ đựng đồ
エレベーター		thang máy
いす		cái ghế
にしぐち	西口	cửa Tây
ひがしぐち*	東口	cửa Đông
みなみぐち*	南口	cửa Nam
きたぐち*	北口	cửa Bắc
きょうかい	教会	nhà thờ
みずうみ	湖	hồ
つり	釣り	câu cá
どうぶつ	動物	động vật
(お)みやげ	(お)土産	quà, quà lưu niệm
みせ	店	cửa hàng
うえ	上	trên

した		下	dưới
まえ		前	trước
うしろ		後ろ	sau
なか		中	trong
そと*		外	ngoài
よこ		横	bên cạnh, chiều ngang
となり		隣	bên cạnh
あいだ		間	ở giữa
ちかく		近く	gần
あります	I		có, tồn tại (dùng cho vật)
います	II		có, tồn tại (dùng cho người, động vật)
うたいます	I	歌います	hát
おどります	I	踊ります	nhảy
とおい		遠い	xa
ちかい*		近い	gần
いそがしい*		忙しい	bận
ひま[な]		暇[な]	rảnh
ひとり		1人	một người
ふたり		2人	hai người
―にん		―人	― người
なんにん		何人	mấy người
たくさん			nhiều
ええと			(cách nói ngập ngừng khi đang suy nghĩ)
へえ			(cách nói biểu thị sự ngạc nhiên)
～や ～			và (dùng khi liệt kê những thứ tiêu biểu)
～ですか。			(sử dụng khi đặt câu hỏi)
どうも ありがとう ございました。			Cảm ơn rất nhiều!
わかりました。		分かりました。	Tôi hiểu rồi.
また あした。			Hẹn gặp lại ngày mai!

カナダ		Canada
みどりえき	みどり駅	ga Midori

Giải thích ngữ pháp

Câu biểu thị sự tồn tại

1. あそこに スーパーが あります。 *Ở đằng kia có siêu thị.*
   あそこに 田中さんが います。 *Ở đằng kia có anh Tanaka.*

   ● N1 (địa điểm) に N2 が あります／います

   1) "あります" và "います" là động từ biểu thị sự tồn tại của người hoặc vật. Có nghĩa là "có". "あります" dùng cho cây cỏ, hoa lá, những vật vô tri vô giác như siêu thị, quyển sách v.v.. Trong khi đó "います" được dùng cho cho những thứ có tri giác như người, động vật, v.v..
   Chủ ngữ của câu (N2) được đánh dấu bởi trợ từ "が".

   2) Địa điểm nơi người và vật tồn tại (N1) được đánh dấu bởi trợ từ "に".

   3) Khi muốn hỏi vật hay động vật đang hiện hữu là cái gì, con gì, ta sử dụng "なにが"; còn khi muốn hỏi người đang có mặt là ai, ta sử dụng "だれが".

   A: あそこに 何が ありますか。 *Ở đằng kia có cái gì?*
   B: 地図が あります。 *Có cái bản đồ.*

   A: あそこに だれが いますか。 *Ở đằng kia có ai?*
   B: 田中さんが います。 *Có anh Tanaka.*

2. 駅の 前に 銀行が あります。 *Ở phía trước nhà ga có ngân hàng.*

   ● N1 の N2 (vị trí)

   Để mô tả vị trí một cách chi tiết và cụ thể hơn, các từ chỉ vị trí. N2 như "まえ" (phía trước), "うしろ" (phía sau), "よこ" (bên cạnh) v.v. là từ chỉ vị trí.

   A: 駅の 前に 何が ありますか。 *Ở phía trước nhà ga có cái gì?*
   B: 銀行が あります。 *Có ngân hàng.*

3. リンさんは ロビーに います。 *Bạn Lin ở đại sảnh.*

   ● N1 は N2 (địa điểm) に います／あります

   1) Mẫu câu này được dùng để biểu thị địa điểm tồn tại của N1. N1 là chủ đề của câu, được đánh dấu bởi trợ từ "は".

   2) どこに được dùng để hỏi về địa điểm tồn tại của người hoặc vật.

   A: リンさんは どこに いますか。 *Bạn Lin ở đâu?*
   B: ロビーに います。 *Bạn Lin ở đại sảnh.*

4. あそこに 学生が 4人 います。   *Ở đằng kia có 4 học sinh.*

● N (người) が 一人 います

1) —にん là trợ từ đếm dùng để đếm người.

2) Khi muốn hỏi về số người, ta dùng từ để hỏi "なんにん".
   A：あそこに 学生が 何人 いますか。   *Ở đằng kia có bao nhiêu sinh viên?*
   B：4人 います。   *Có 4 người.*

5. 一緒に 歌いましょう。   *Chúng ta cùng hát nào!*

● V ましょう

"V ましょう" sử dụng khi người nói kêu gọi mời rủ người nghe cùng làm một việc gì đó. Ngoài ra, đây là cách nói sử dụng khi đồng ý với lời mời rủ. Để tạo thành "V ましょう" ta bỏ "ます" và thay bằng "ましょう". "V ましょう" có sắc thái mời rủ, thúc giục đối phương một cách chủ động tích cực, trong khi "V ませんか" thì thể hiện thái độ tôn trọng ý muốn của đối phương. ⇒ Bài 6-**5**

---

① 花屋の 隣に ありますよ。   *Ở cạnh cửa hàng hoa đấy.*

"よ" là một trợ từ cuối câu được dùng trong trường hợp muốn nhấn mạnh đấy là thông tin mà người nghe chưa biết.

② 花屋の 隣ですね。   *Ở cạnh cửa hàng hoa nhỉ?*

"ね" là một trợ từ cuối câu được dùng trong trường hợp muốn xác nhận với người nghe về một chủ đề mà cả hai cùng quan tâm.

③ 町に 古い 教会や きれいな 公園が あります。
Trong thành phố có nhà thờ cũ và công viên đẹp.

"や" là trợ từ dùng để nối các danh từ với nhau, được dùng khi muốn lựa chọn và nêu ra một vài thứ tiêu biểu trong số rất nhiều đối tượng. Trong khi "と" liệt kê tất cả các đối tượng thì "や" ám chỉ rằng ngoài những đối tượng đã liệt kê ra vẫn còn nhiều đối tượng khác nữa. ⇒ Bài 4-②

"どうもありがとうございました" là cách nói bày tỏ sự biết ơn đối với việc đã được ai đó làm cho. Dùng khi muốn nói lại lời cám ơn về một việc đã được ai đó làm cho trong quá khứ hoặc khi muốn nói lời cám ơn và kết thúc cuộc hội thoại.

Từ và thông tin văn hóa:

自然 Thiên nhiên

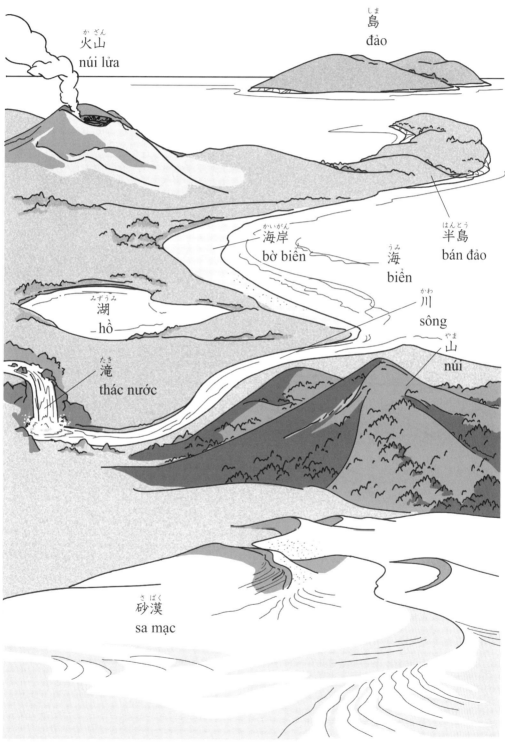

9 Cậu thích môn thể thao nào?

Hội thoại

Kimura: Jose khi rảnh cậu xem chương trình tivi nào?
Carlos: Cháu xem chương trình thể thao.
Kimura: Cậu thích môn thể thao nào?
Carlos: Cháu thích bóng đá. Cô Kimura có xem bóng đá không ạ?
Kimura: Không, tôi hoàn toàn không xem. Vì tôi không hiểu luật chơi.
Carlos: Vậy à? Thú vị lắm, cô ạ.

Từ vựng

すし		món Sushi
やきゅう	野球	bóng chày
まんが	漫画	truyện tranh
そうじ	掃除	quét dọn
せんたく *	洗濯	giặt giũ
え	絵	tranh
うた	歌	bài hát
えいご	英語	tiếng Anh
かたかな	片仮名	chữ Katakana (chữ cứng)
ひらがな *	平仮名	chữ Hiragana (chữ mềm)
アナウンス		thông báo, phát thanh
ルール		luật, quy định
まど	窓	cửa sổ
かいもの	買い物	mua sắm
てんき	天気	thời tiết
あめ	雨	mưa
ちゅうしゃ	注射	tiêm
じかん	時間	thời gian
つうやく	通訳	phiên dịch
デート		hẹn hò
やくそく	約束	lời hứa, cuộc hẹn
やまのぼり	山登り	leo núi
ドラマ		kịch, phim (truyền hình, …)
りょこう	旅行	du lịch
ゴルフ		gôn
きょうし	教師	giáo viên
モデル		mẫu, người mẫu
べんごし	弁護士	luật sư
せんしゅ	選手	vận động viên, tuyển thủ
サッカーせんしゅ	サッカー選手	cầu thủ bóng đá
ミュージシャン		nhạc sĩ

ばんぐみ	番組	chương trình
テレビばんぐみ	テレビ番組	chương trình ti vi, chương trình truyền hình
おとうさん	お父さん	bố (người khác)
おかあさん	お母さん	mẹ (người khác)
おにいさん	お兄さん	anh trai (người khác)
おねえさん	お姉さん	chị gái (người khác)
おとうとさん	弟さん	em trai (người khác)
いもうとさん	妹さん	em gái (người khác)
ちち	父	bố (mình)
はは	母	mẹ (mình)
あに	兄	anh trai (mình)
あね	姉	chị gái (mình)
おとうと	弟	em trai (mình)
いもうと	妹	em gái (mình)
(ご)かぞく	(ご)家族	gia đình (người khác)
(ご)りょうしん	(ご)両親	bố mẹ (người khác)
かきます[えを〜] Ⅰ	かきます[絵を〜]	vẽ [tranh]
わかります Ⅰ	分かります	hiểu
あけます Ⅱ	開けます	mở
さんぽします Ⅲ	散歩します	đi dạo
あります Ⅰ		có (thời gian, hẹn)
おみあいします Ⅲ	お見合いします	đi gặp mặt (trong mai mối)
あまい	甘い	ngọt
からい*	辛い	cay
あつい	暑い	nóng
さむい*	寒い	lạnh
ねむい	眠い	buồn ngủ
すき[な]	好き[な]	thích
きらい[な]	嫌い[な]	ghét
じょうず[な]	上手[な]	giỏi

へた [な] *	下手 [な]	kém
ざんねん [な]	残念 [な]	đáng tiếc
どうして		tại sao
すこし	少し	một chút, hơi
だいたい		đại khái
よく		rõ, hay
ぜんぜん	全然	hoàn toàn
はやく	早く	sớm
うーん		ừ (sử dụng khi đang chần chừ, cần suy nghĩ thêm)
～から、～		bởi vì ～
どうしてですか。		Tại sao vậy?
そうですね。		Ừ thế nào bây giờ nhỉ? (cách nói ngập ngừng khi đang suy nghĩ)
よろしく おねがい します。	よろしく お願いします。	Rất vui được gặp anh/chị! Rất mong được anh/chị giúp đỡ!

スペイン	Tây Ban Nha
さゆり	Sayuri
えり	Eri
ともみ	Tomomi
あきら	Akira
ひろし	Hiroshi

Giải thích ngữ pháp

Câu có bổ ngữ được đánh dấu bằng "が"

1. わたしは 映画が 好きです。　*Tôi thích phim ảnh.*
   - ● N が 好きです／嫌いです／上手です／下手です

   1) "すきです", "きらいです", "じょうずです", "へたです" là các tính từ đuôi な cần phải có bổ ngữ để bổ sung thêm ý nghĩa. Bổ ngữ của các tính từ này được đánh dấu bằng trợ từ "が".

   2) "どんな" được dùng khi muốn hỏi ra tên gọi cụ thể từ một nhóm hay một phạm trù nào đó. Có nghĩa là "nào".
      A：どんな スポーツが 好きですか。　*Bạn thích môn thể thao nào?*
      B：テニスが 好きです。　*Tôi thích ten-nít.*

2. わたしは 韓国語が 分かります。　*Tôi biết tiếng Hàn Quốc.*
   - ● N が 分かります

   Bổ ngữ của "わかります" được đánh dấu bởi trợ từ "が".

3. 簡単ですから、分かります。　*Vì đơn giản nên tôi hiểu.*
   - ● S1 から、S2

   "から" là trợ từ nối dùng để nối hai câu thành một câu, biểu thị lý do. Có nghĩa là "Vì...nên...". S1 thể hiện lý do dẫn đến kết quả S2.

4. A：どうして 大きい ケーキを 買いますか。
   B：リンさんの 誕生日ですから。

   A: *Tại sao bạn lại mua chiếc bánh ngọt lớn?*
   B: *Vì là sinh nhật của bạn Lin.*
   - ● どうして S か

   "どうして" là từ để hỏi được dùng khi muốn hỏi lý do là gì. Có nghĩa là "tại sao". Khi trả lời về lý do, ta thêm "から" vào cuối câu.

① 時間(じかん)が あります。　　*Tôi có thời gian.*

"あります" được sử dụng với ý nghĩa là "có". Bổ ngữ bổ sung ý nghĩa cho "あります" được đánh dấu bằng "が".

　　約束(やくそく)が あります。　　*Tôi có hẹn.*
　　お金(かね)が あります。　　*Tôi có tiền.*

お見合(みあ)いしませんか。　　*Bạn đi xem mắt xem thế nào?*

"V ませんか" là cách nói dùng cả khi khuyên đối phương thực hiện một hành động nào đó.

Các phó từ dưới đây đi trước động từ và tính từ, biểu thị mức độ của sự việc đó.

　　よく　　　　(80-90%) ⎫
　　だいたい　(50-80%) ⎬ + Thể khẳng định
　　少(すこ)し　　　　(30%)　 ⎭

　　あまり　　(20%)　 ⎫
　　全然(ぜんぜん)　　　(0%)　　 ⎬ + Thể phủ định

　　　　% là con số áng chừng.

Từ và thông tin văn hóa:

スポーツ・映画・音楽 Thể thao/Phim ảnh/Âm nhạc

1. スポーツ Thể thao

サッカー　　ラグビー　　野球　　クリケット

バレーボール　　バスケットボール　　ピンポン／卓球　　ボウリング

サーフィン　　スノーボード　　スキー　　スケート

2. 映画 Phim ảnh

ミステリー　phim thần bí　　ラブストーリー　phim tình cảm
アニメ　phim hoạt hình　　サスペンス　phim tâm lý căng thẳng
ミュージカル　phim âm nhạc　　コメディー　phim hài
ファンタジー　phim khoa học viễn tưởng, phim giả tưởng
ドキュメンタリー　phim tài liệu　　ホラー　phim kinh dị

3. 音楽 Âm nhạc

クラシック　nhạc cổ điển　　ロック　nhạc Rock　　ラップ　nhạc Rap
ジャズ　nhạc Jazz　　Ｊ-ポップ　nhạc J-Pop　　演歌　nhạc Enka

10 Tôi học trà đạo từ chị Watanabe.

Hội thoại

Kim: Tom à, bạn thấy trà đấy thế nào?
Jordan: Ngon! Lần đầu tiên tôi uống. Bạn đã học ở Nhật à?
Kim: Vâng, tôi đã học từ chị Watanabe.
Jordan: Vậy à?
Kim: Tôi đã dạy cho Watanabe món ăn Hàn Quốc.
Jordan: Kim và Watanabe là bạn bè tốt của nhau nhỉ.

Từ vựng

プレゼント		quà tặng, món quà
カード		thẻ
えはがき	絵はがき	bưu thiếp tranh
せんぱい	先輩	người khóa trên, bậc đàn anh/đàn chị (ở công ty hoặc trường học…)
こうはい＊	後輩	người khóa dưới, bậc đàn em
おちゃ	お茶	trà, Trà đạo
ネックレス		vòng cổ
ネクタイ		cà vạt
シャツ		áo sơ mi
おっと	夫	chồng (mình)
（ご）しゅじん	（ご）主人	chồng (người khác)
つま	妻	vợ (mình)
おくさん	奥さん	vợ (người khác)
こどもさん＊	子供さん	con (người khác)
せっけん	石けん	xà phòng
みかん		quả quýt
（ご）ちゅうもん	（ご）注文	gọi món, đặt hàng
サンドイッチ		bánh Sandwich
スパゲティ		mì Spa-ghét-ti, mì Ý
ステーキ		bò bít tết
はし		đũa
スプーン		thìa
ナイフ		dao
フォーク		dĩa
て	手	tay
レポート		báo cáo
こうくうびん	航空便	gửi theo đường hàng không
にもつ	荷物	hàng hóa
かきとめ	書留	gửi đảm bảo
いろ	色	màu, màu sắc
セーター		áo len
クラス		lớp
かします Ⅰ	貸します	cho vay, cho mượn
あげます Ⅱ		tặng, cho

おしえます II	教えます	dạy
おくります I	送ります	gửi, tiễn
かけます［でんわを～］II	かけます［電話を～］	gọi [điện thoại]
かります II	借ります	mượn, vay
ならいます I	習います	học
もらいます I		nhận
します III		chọn, quyết định (vật ＋に)
はなします I	話します	nói chuyện
すてき［な］		tuyệt vời, đẹp
ひとつ	1つ	1 cái (dùng khi đếm vật)
ふたつ	2つ	2 cái
みっつ	3つ	3 cái
よっつ	4つ	4 cái
いつつ	5つ	5 cái
むっつ	6つ	6 cái
ななつ	7つ	7 cái
やっつ	8つ	8 cái
ここのつ	9つ	9 cái
とお	10	10 cái
いくつ		mấy cái
―だい	―台	― chiếc (trợ từ đếm dùng để đếm máy móc, xe cộ…)
なんだい*	何台	mấy chiếc
―まい	―枚	― tờ (trợ từ đếm dùng để đếm vật mỏng như: tờ giấy, con tem…)
なんまい*	何枚	mấy tờ
また		lại
はじめて	初めて	lần đầu tiên
～を おねがいします。	～を お願いします。	Làm ơn cho tôi ～.
いらっしゃいませ。		Xin kính chào quý khách!
～に よろしく。		Hãy cho tôi gửi lời hỏi thăm tới ～!

Giải thích ngữ pháp

Câu có động từ làm vị ngữ 4: Động từ thể hiện đối tượng tiếp nhận và đưa ra hành động bằng trợ từ "に"

1. わたしは 友達に 傘を 貸しました。　*Tôi đã cho bạn tôi mượn cái ô.*

- **N1 (người) に N2 (vật) を V**

1) Đối tượng tiếp nhận hành động của các động từ "かします", "あげます", "おしえます", "おくります" được đánh dấu bằng trợ từ "に". Có nghĩa là "cho".

2) "だれに" được dùng khi muốn hỏi về đối tượng tiếp nhận hành động.
　A：だれに かさを 貸しましたか。　*Bạn đã cho ai mượn cái ô?*
　B：友達に 貸しました。　*Tôi đã cho bạn tôi mượn.*

2. わたしは マリーさんに 辞書を 借りました。
Tôi đã mượn quyển từ điển từ chị Marie.

- **N1 (người) に N2 (vật) を V**

1) "かります", "もらいます", "ならいます" là các động từ nói trên lập trường của người tiếp nhận hành động đó, có nghĩa là "mượn", "nhận", "học" từ ai đó. Đối tượng đưa ra hành động được thể hiện bằng trợ từ "に".

2) "だれに" được dùng để hỏi về người đưa ra hành động.
　A：だれに 辞書を 借りましたか。　*Bạn đã mượn quyển từ điển từ ai?*
　B：マリーさんに 借りました。　*Tôi đã mượn từ chị Marie.*

3. りんごを 7つ 買いました。　*Tôi đã mua 7 quả táo.*

- **N を số + trợ từ đếm V**

1) Khi đếm những vật như quả táo, chìa khóa, ghế v.v. từ 1 đến 10, ta sẽ dùng trợ từ đếm "ひとつ, ふたつ, ... とお".

2) "いくつ" là từ để hỏi dùng để hỏi về số lượng vật. Có nghĩa là "bao nhiêu".
　A：りんごを いくつ 買いましたか。　*Bạn đã mua bao nhiêu quả táo?*
　B：7つ 買いました。　*Tôi đã mua 7 quả.*

4. はし で すし を 食べます。　*Tôi ăn cơm bằng đũa.*

● N で V

1) Trợ từ "で" ở đây chỉ ra công cụ và phương pháp để thực hiện một hành động nào đó.

2) "なんで" được dùng để hỏi về công cụ và phương pháp khi thực hiện một hành động nào đó.

　　A：何で すし を 食べますか。　*Bạn ăn Sushi bằng gì?*
　　B：はし で 食べます。　*Tôi ăn bằng đũa.*

---

① わたし は コーヒー と ケーキ に します。　*Tôi chọn cà phê và bánh ngọt.*

"N に します" là cách nói dùng khi quyết định lựa chọn một thứ từ trong một tập hợp có nhiều thứ. Tùy theo đối tượng được quyết định mà sử dụng từ để hỏi là "なん", "いつ", "どこ" hay "だれ", v.v..

　　<Hội thoại ở nhà hàng>
　　A：何に しますか。　*Bạn chọn gì?*
　　B：コーヒーと ケーキに します。　*Tôi chọn cà phê và bánh ngọt.*

Từ và thông tin văn hóa:

お祝い・お年玉・お見舞い Chúc tung/Mừng tuổi/Thăm người ốm

1. お祝い Chúc tung

卒業　tốt nghiệp
結婚　kết hôn
就職　tìm được việc
出産　sinh con

ご（入学）おめでとう ございます。
Chúc mừng (nhập học)!

2. お年玉 Mừng tuổi

あけまして おめでとう ございます。
Chúc mừng năm mới.

3. お見舞い Thăm người ốm

お大事に。
Giữ gìn sức khỏe nhé.

Một món quà chúc mừng có thể là tiền hoặc hiện vật. Gần đây, các món quà bằng hiện vật thường được gửi qua dịch vụ chuyển phát đến tận nhà. Bạn hãy gọi điện thoại hoặc viết thư cảm ơn khi nhận được món quà. Và khi gặp lại họ ở lần tiếp theo, bạn hãy đừng quên nói lời cảm ơn một lần nữa với câu "Hôm nọ cám ơn anh/chị ạ!".

11 Tokyo và Seoul thì ở đâu lạnh hơn?

Hội thoại

Jordan: Kim à, Seoul là thành phố như thế nào?

Kim: Là một thành phố đẹp, đồ ăn thì ngon. Nhưng mà mùa đông thì lạnh.

Jordan: Tokyo và Seoul thì ở đâu lạnh hơn?

Kim: Seoul lạnh hơn hẳn đó.

Jordan: Ồ, vậy à. Tháng mấy thì lạnh nhất?

Kim: Tháng 2 lạnh nhất.

Jordan: Kim có chơi môn thể thao mùa đông nào không?

Kim: Không. Vì tôi thích ở trong căn phòng ấm áp hơn.

Từ vựng

はな	鼻	mũi
め	目	mắt
くび	首	cổ
あし	足	chân
みみ	耳	tai
せ	背	dáng, chiều cao
あたま	頭	đầu
かお*	顔	mặt
くち*	口	miệng
からだ*	体	cơ thể
りゅうがくせい	留学生	lưu học sinh
けいざい	経済	kinh tế
〜がくぶ	〜学部	khoa
けいざいがくぶ	経済学部	khoa kinh tế
かんきょう	環境	môi trường
がくひ	学費	học phí
キャンパス		khuôn viên trường đại học, cơ sở trường đại học
れきし	歴史	lịch sử
しごと	仕事	công việc
てんぷら	天ぷら	món Tempura (hải sản, rau, củ tẩm bột rán)
とんカツ	豚カツ	thịt lợn quay
のみもの	飲み物	đồ uống
いちご		dâu tây
すいか		dưa hấu
メロン		dưa lưới
じゅうどう	柔道	võ Judo
スケート		trượt băng
いちねん	1年	một năm
はる	春	mùa xuân
なつ	夏	mùa hè
あき	秋	mùa thu
ふゆ	冬	mùa đông
どくしん	独身	độc thân

マンション		nhà chung cư (nhà tập thể có kết cấu bê tông cốt thép)
ちゅうしゃじょう	駐車場	bãi đỗ xe
おおい	多い	nhiều
すくない＊	少ない	ít
ながい	長い	dài
みじかい	短い	ngắn
あたたかい	暖かい	ấm áp
すずしい＊	涼しい	mát mẻ
あかるい	明るい	sáng
くらい＊	暗い	tối
やさしい	優しい	hiền, dễ tính
はやい	速い	nhanh
おそい＊	遅い	chậm
うるさい		ồn ào
たいせつ[な]	大切[な]	quan trọng
まじめ[な]		chăm chỉ, nghiêm túc
—ねん	—年	— năm
なんねん＊	何年	mấy năm
—へいほうメートル（㎡）	—平方メートル	mét vuông (m²)
どちら		cái nào (chọn một trong hai thứ)
どちらも		cái nào cũng
ずっと		hơn hẳn
でも		nhưng, tuy nhiên

きゅうしゅう	九州	Kyushu
マニラ		Manila
パリ		Pari
なら	奈良	Nara
ソウル		Seoul
さくらマンション		Chung cư Sakura
みどりアパート		Khu nhà tập thể cho thuê Midori

Giải thích ngữ pháp

So sánh

1. 東京は 人が 多いです。   *Tokyo đông người.*

● **N1 は N2 が A**

Đây là cách nói dùng để nói về đặc điểm của người hoặc vật. N1 là chủ đề của câu nói, đi cùng với trợ từ "は". "N2 が A" thuyết minh cho N1. N2 là chủ ngữ cho tính từ, đi kèm với trợ từ "が". Câu ở trên trực dịch sẽ là "Tokyo thì đông người".

N1 は　N2 が A
　↑　　　↑
Chủ đề của câu　Thuyết minh cho chủ đề

2. ソウルは 東京より 寒いです。   *Seoul lạnh hơn Tokyo.*

● **N1 は N2 より A**

Là cách nói dùng khi so sánh hai sự vật với nhau. N2 là tiêu chuẩn để so sánh được nêu ra bởi trợ từ "より". Nghĩa của "より" là "hơn". Tính từ không biến đổi để biểu thị sự so sánh.

3. A：肉と 魚と どちらが 好きですか。   *Giữa thịt và cá thì bạn thích cái nào hơn?*
B：魚の ほうが 好きです。   *Tôi thích cá hơn.*

● **N1 と N2 と どちらが A か**

● **N1/N2 の ほうが A**

"どちら" là từ để hỏi sử dụng khi muốn so sánh hai thứ với nhau. Có nghĩa là "cái nào". "どちら" được sử dụng cho mọi thứ như vật, người, địa điểm, v.v.. Khi trả lời, ta thêm "のほう". Trường hợp cả hai đều như nhau, ta dùng "どちらも". "どちらも" có nghĩa là "cái nào cũng".

A ：コーヒーと 紅茶と どちらが 好きですか。

Cà phê và trà Lipton thì bạn thích cái nào?

B1：コーヒーの ほうが 好きです。　*Tôi thích cà phê hơn.*
B2：どちらも 好きです。　*Tôi cái nào cũng thích.*

4. スポーツで サッカーが いちばん 好きです。

Trong các môn thể thao thì tôi thích bóng đá nhất.

● N1 で N2 が いちばん A

Trong trường hợp so sánh từ 3 đối tượng trở lên và chỉ ra một thứ đứng thứ nhất trong phạm vi đó, ta sử dụng từ "いちばん" và đặt đứng trước tính từ. Dùng từ để hỏi "なに" đối với vật, "だれ" đối với người, "どこ" đối với địa điểm, "いつ" đối với thời gian. Phạm vi đối tượng so sánh được đánh dấu bằng "で" như trong "スポーツで".

A：スポーツで 何が いちばん 好きですか。

　Trong các môn thể thao bạn thích môn gì nhất?

B：サッカーが いちばん 好きです。　*Tôi thích bóng đá nhất.*

A：家族で だれが いちばん 背が 高いですか。

　Trong gia đình bạn ai cao nhất?

B：父が いちばん 背が 高いです。　*Bố tôi cao nhất.*

5. わたしの 部屋は 新しくて、静かです。　*Phòng của tôi vừa mới vừa yên tĩnh.*

● いАくて／なАで／Nで

Khi liệt kê các tính từ hay danh từ, sẽ có sự biến đổi đuôi như ở dưới đây. Tính từ đuôi い sẽ biến đổi phần đuôi từ "いです" thành "くて", còn tính từ đuôi な và danh từ sẽ thay đổi "です" thành "で". (Về sự biến đổi của "Danh từ ＋ です", trong cuốn sách này sẽ được giải thích như là một danh từ.)

いА：　あたらしいです　→　あたらしくて
　　　　*いいです　→　よくて
なА：　　きれいです　→　きれいで
N　：　　２かいです　→　２かいで

　　わたしの 部屋は 新しくて、静かです。

Phòng của tôi vừa mới vừa yên tĩnh.

　　わたしの 部屋は きれいで、静かです。

Phòng của tôi vừa sạch vừa yên tĩnh.

　　わたしの 部屋は ２階で、静かです。

Phòng của tôi ở tầng 2, yên tĩnh.

Từ và thông tin văn hóa:

宇宙 Vũ trụ

1. 太陽系 Hệ mặt trời

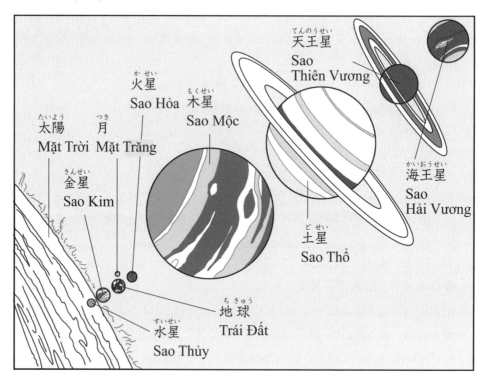

2. 距離・温度・大きさ Khoảng cách/nhiệt độ/kích cỡ

	太陽	地球	月	土星
距離 Khoảng cách	150,000,000 km	1,500,000,000 km 384,000 km		
表面温度 Nhiệt độ bề mặt	6,000℃	15℃	107〜−153℃	−180℃
直径 Đường kính	1,400,000 km	13,000 km	3,500 km	120,000 km

12 Chuyến du lịch thế nào?

Hội thoại

Smith: Bác Kimura ơi, đây là quà Hiroshima. Mời bác ạ!
Kimura: A, cảm ơn cháu! Chuyến du lịch thế nào?
Smith: Rất vui ạ. Thế nhưng hơi lạnh một chút ạ.
Kimura: Ô, thế à?
Smith: Cháu đã đi đến đảo Miyajima bằng thuyền.
Kimura: Phong cảnh thế nào?
Smith: Rất đẹp ạ. Cháu đã chụp ảnh biển và đảo.
Kimura: Thích quá nhỉ!

Từ vựng

やすみ	休み	nghỉ, nghỉ ngơi, ngày nghỉ
ひるやすみ	昼休み	nghỉ hè
はなみ	花見	lễ hội ngắm hoa anh đào
おにぎり		cơm nắm
じゅんび	準備	chuẩn bị
ホテル		khách sạn
じゅぎょう	授業	giờ học
きもの	着物	Kimono (trang phục truyền thống Nhật Bản)
フェリー		phà
くうこう	空港	sân bay
～たち		những ～, các ～, chúng ～, bọn ～ (thêm vào sau danh từ để biểu thị số nhiều)
わたしたち		chúng ta, chúng tôi
はし	橋	cầu
あか	赤	màu đỏ
きいろ	黄色	màu vàng
けしき	景色	phong cảnh
しま	島	đảo
はっぴょうします Ⅲ	発表します	phát biểu
のぼります Ⅰ	登ります	leo, trèo (núi ＋に)
とまります Ⅰ	泊まります	trọ lại, nghỉ qua đêm (khách sạn ＋に)
きます Ⅱ	着ます	mặc
ぬぎます* Ⅰ	脱ぎます	cởi
かかります Ⅰ		mất, tốn (nói về thời gian, chi phí)
とります Ⅰ	撮ります	chụp (ảnh)
きびしい	厳しい	nghiêm khắc
こわい	怖い	sợ, sợ hãi

おもい	重い	nặng
かるい＊	軽い	nhẹ
つめたい	冷たい	lạnh, lạnh nhạt
—ふん／ぷん	—分	— phút
なんぷん	何分	mấy phút
—じかん	—時間	— giờ, tiếng (khoảng thời gian)
なんじかん	何時間	mấy tiếng
—にち	—日	— ngày
なんにち＊	何日	mấy ngày
—しゅうかん	—週間	— tuần
なんしゅうかん＊	何週間	mấy tuần
—かげつ	—か月	— tháng
なんかげつ	何か月	mấy tháng
—ねん＊	—年	— năm
なんねん＊	何年	mấy năm
はんとし＊	半年	nửa năm
どのぐらい		bao lâu, bao nhiêu
あ		à
ちょっと		hơi, một chút
〜ぐらい		khoảng 〜
どうぞ。		Xin mời.
ありがとう。		Cảm ơn.

シアトル		Seattle
ローマ		Rôma
プサン		Busan
ふくおか	福岡	Fukuoka
かごしま	鹿児島	Kagoshima
なりた	成田	Narita
みやじま	宮島	Miyajima

12

Giải thích ngữ pháp

Câu có tính từ làm vị ngữ 2, câu có danh từ làm vị ngữ 2: Khẳng định và phủ định trong quá khứ

1. ナルコさんは 忙しかったです。　*Naruko đã khá bận.*
   ナルコさんは 元気でした。　*Naruko đã từng khỏe.*

   ●いAかったです／なAでした／Nでした

   1) Câu có tính từ và danh từ làm vị ngữ giống như động từ có 4 dạng biến đổi đuôi từ, đó là: quá khứ, phi quá khứ, khẳng định và phủ định.

   2) Khi biến đổi sang dạng khẳng định quá khứ, ta thay thế đuôi "いです" của tính từ đó thành "かったです". Còn đối với tính từ đuôi な và danh từ thì ta thay "です" bằng "でした".

   いA：　いそがしいです → いそがしかったです
   　　　＊いいです → よかったです
   なA：　げんきです → げんきでした
   N ：かいしゃいんです → かいしゃいんでした

2. キムさんは 忙しくなかったです。　*Kim đã không bận.*
   キムさんは 元気じゃ ありませんでした。　*Kim đã không khỏe.*

   ●いAくなかったです／なAじゃ ありませんでした／Nじゃ ありませんでした

   Khi muốn biến đổi sang dạng phủ định quá khứ, đối với tính từ đuôi い ta thay thế "くないです" thành "くなかったです". Còn đối với tính từ đuôi な và danh từ ta bỏ "じゃありません" và thêm "じゃありませんでした".

   いA：　いそがしくないです → いそがしくなかったです
   なA：　げんきじゃありません → げんきじゃありませんでした
   N ：かいしゃいんじゃありません → かいしゃいんじゃありませんでした

	Phi quá khứ		Quá khứ	
	Khẳng định	Phủ định	Khẳng định	Phủ định
いA	たかいです	たかくないです	たかかったです	たかくなかったです
なA	ひまです	ひまじゃありません	ひまでした	ひまじゃありませんでした
N	あめです	あめじゃありません	あめでした	あめじゃありませんでした

3. A：ホセさんは どのぐらい 日本語を 勉強しましたか。
B：2週間 勉強しました。

A: Anh Jose đã học tiếng Nhật bao lâu rồi?

B: Tôi đã học được 2 tuần rồi.

● どのぐらい

1) "どのぐらい" là từ để hỏi dùng để hỏi về độ dài của thời gian. Ở câu trả lời chúng ta sử dụng các đơn vị của thời gian như ―じかん, ―にち, ―しゅうかん, v.v..

2) "どのぐらい" có thể được thay thế bởi các từ để hỏi khác như "なんじかん", "なんにち", "なんしゅうかん", "なんかげつ", "なんねん", v.v..

① 10日ぐらい かかります。　*Mất khoảng 10 ngày.*

"ぐらい" là trợ từ được dùng để biểu thị số lượng hay thời gian ước chừng v.v.. Trong khi đó, "ごろ" được dùng để biểu thị sự ước chừng về thời điểm. ⇒ Bài 5-①

"ぐらい" đôi khi được đọc thành "くらい".

Từ và thông tin văn hóa:

1年の行事 Các sự kiện và lễ hội trong năm

1月 初もうで
đi lễ chùa đầu năm

2月 豆まき
lễ hội ném đậu

3月 ひな祭り
ngày lễ Hina dành cho các bé gái

卒業式
lễ tốt nghiệp

4月 花見
lễ hội ngắm hoa anh đào

入学式
lễ nhập học

5月 こどもの日
ngày tết thiếu nhi

7・8月 七夕
ngày lễ Tanabata

花火
lễ hội pháo hoa

盆踊り
lễ hội Obon

9月 月見
lễ hội ngắm trăng

10月 運動会
đại hội thể thao

11月 七五三
ngày lễ 357

12月 大みそか
đêm giao thừa

まとめ 2

Từ vựng

とり	鳥	chim
かみ	髪	tóc
ことば	言葉	từ, ngôn ngữ, tiếng nói
ライオン		sư tử
くじゃく		chim công
ペンギン		chim cánh cụt
にんげん	人間	con người
とります I	捕ります	bắt
めずらしい	珍しい	hiếm, lạ
いろいろ[な]		đa dạng, nhiều
〜の なかで	〜の 中で	trong số
こたえ	答え	câu trả lời
もんだい*	問題	vấn đề

13 Muốn ăn gì đó nhỉ.

Hội thoại

Lin: Lễ hội thật là vui nhỉ!
Smith: Ừ, nhưng thật là mệt. Tớ đau tay.
Lin: Bạn không sao chứ?
Smith: Ừ, nhưng tớ hơi khát nước.
Lin: Tớ thì đói.
Smith: Ừ, muốn ăn gì đó nhỉ.
Lin: Vậy, bọn mình đi đâu đó ăn đi!
Smith: Được thôi!

Từ vựng

ふとん	布団	chăn, đệm Futon (đệm kiểu Nhật Bản)
（お）さら	（お）皿	đĩa
コップ		cốc
ハイキング		đi bộ đường dài
しやくしょ	市役所	tòa thị chính
しちょう	市長	thị trưởng, chủ tịch thành phố
こうじょう	工場	nhà máy
けんがく	見学	thăm quan học tập
スキー		trượt tuyết
〜かた	〜方	cách, phương pháp
つくりかた	作り方	cách làm
すもう	相撲	Sumo
チケット		vé
だいがくいん	大学院	cao học
ロボット		rô bốt
こうがく	工学	công nghệ, kỹ thuật, ngành kỹ sư
ロボットこうがく	ロボット工学	công nghệ rô bốt
しょうらい	将来	tương lai
あそびます　I	遊びます	chơi
かえします　I	返します	trả lại
むかえます　II	迎えます	đón
もちます　I	持ちます	cầm, có (sở hữu)
てつだいます　I	手伝います	giúp đỡ
あらいます　I	洗います	giặt, rửa
つかいますI	使います	sử dụng
ほしい	欲しい	muốn có
いたい	痛い	đau
だいじょうぶ［な］	大丈夫［な］	chắc chắn, không sao, không vấn đề

13

―ねんせい	―年生	học sinh/sinh viên năm thứ ―
―(ねん)まえに	―(年)前に	― năm trước

ありがとう ございます。　　　　　　　　　　　Xin cảm ơn!
がんばって ください。　頑張って ください。　Hãy cố gắng lên!
どう しますか。　　　　　　　　　　　　　　　Có chuyện gì vậy?
つかれました。　　　疲れました。　　　　　　Tôi mệt.
のどが かわきました。　のどが 渇きました。　Tôi khát nước.
おなかが すきました。　　　　　　　　　　　　Tôi đói.

かぶきざ　　　　　歌舞伎座　　　　Nhà hát kịch Kabuki

ただいま。　　　　　　　　　　　　Tôi đã về rồi! (câu chào khi về tới nhà)

ホール　　　　　　　　　　　　　　hội trường

Giải thích ngữ pháp

Thể ます

1. わたしは お金が 欲しいです。   *Tôi muốn có tiền.*

● N が 欲しいです

"ほしい" là cách nói biểu thị nguyện vọng của người nói muốn sở hữu một thứ gì đó. Có nghĩa là "muốn". Nó cũng được dùng để hỏi về nguyện vọng của người nghe. Bổ ngữ bổ sung ý nghĩa cho "ほしい" được đánh dấu bằng trợ từ "が". "ほしい" là tính từ đuôi い, có cách chia giống như các tính từ đuôi い khác.

> "ほしいです", "V たいです" (⇒ **2**) không thể dùng để biểu thị mong muốn, nguyện vọng của ngôi thứ 3. Sẽ là khiếm nhã nếu chúng ta dùng "ほしいですか", "V たいですか" (⇒ **2**) để hỏi người trên. Ví dụ, khi bạn muốn mời người trên uống cà phê chẳng hạn, bạn cần sử dụng "いかがですか".
> コーヒーは いかがですか。   *Anh dùng cà phê chứ ạ?*

2. わたしは 柔道を 習いたいです。   *Tôi muốn học võ Judo.*

● N を V たいです

1) "V たいです" là cách nói biểu thị nguyện vọng của người nói rằng muốn thực hiện một hành động nào đó. Có ý nghĩa là "muốn V". Nó cũng được dùng khi hỏi nguyện vọng người nghe. "V たいです" được chia giống như một tính từ đuôi い.

2) Động từ kết thúc bằng "ます" được gọi là "Thể ます" (V ます). "V たいです" được tạo thành bằng cách bỏ "ます" của "Thể ます" và thay bằng "たいです".

   いきます → いきたいです
   たべます → たべたいです
   します → したいです

Cách chia "ほしい" và "V たいです" như sau:

Phi quá khứ		Quá khứ	
Khẳng định	Phủ định	Khẳng định	Phủ định
ほしいです	ほしくないです	ほしかったです	ほしくなかったです
V たいです	V たくないです	V たかったです	V たくなかったです

3. わたしは 山へ 写真を 撮りに 行きます。　*Tôi đi lên núi để chụp ảnh.*
わたしは 山へ ハイキングに 行きます。　*Tôi đi lên núi để đi bộ đường dài.*

● N1 (địa điểm) へ [V ます / N2] に 行きます／来ます／帰ります

1) Đây là cách nói biểu thị mục đích của chuyển động đến đâu đó để làm cái gì đó. Có nghĩa là "Đi đến N1 (địa điểm) để làm N2". Mục đích được đánh dấu bằng trợ từ "に".

2) Trường hợp mục đích là động từ, sẽ bỏ "ます" trong "Thể ます" và thêm "に". Trường hợp mục đích là danh từ, sẽ thêm trực tiếp "に" vào sau danh từ.

3) Khi các từ có dạng "danh từ + します" như "べんきょうします", "しょくじします" làm mục đích thì "し" trong "しにいきます" thường bị lược bỏ.

A　：リンさんは 山へ 何を しに 行きますか。
Anh Lin đi lên núi để làm gì?
B１：写真を 撮りに 行きます。　*Anh ấy đi chụp ảnh.*
B２：ハイキングに 行きます。　*Anh ấy đi để đi bộ đường dài.*

4. 手伝いましょうか。　*Để tôi giúp cho nhé?*

● V ましょうか

Là cách nói dùng để người nói đề nghị người nghe. Có nghĩa là "Để tôi ～ cho nhé?". Ta thay "ます" trong thể ます bằng "ましょうか".

つくります → つくりましょうか
とります → とりましょうか

Khi người nghe chấp nhận lời đề nghị giúp đỡ đó thì sẽ nói "ありがとうございます". Trong trường hợp không muốn nhận sự giúp đỡ thì có thể dùng "いいえ、だいじょうぶです".

---

① すき焼きを 作りたいんですが……。

Tôi thì muốn làm món lẩu Sukiyaki mà không biết thế nào.

1) "V たいんですが" được dùng như một lời mào đầu một cách lịch sự để giải thích về tình hình hay lý do của bản thân khi người nói muốn hỏi một cái gì đó hay muốn truyền đạt yêu cầu nguyện vọng của mình.

2) "が" là trợ từ nối được dùng để kết nối hai câu với nhau nhưng câu đứng sau bị lược bỏ. Bằng cách đó, biểu thị thái độ rụt rè, chần chừ của người

nói. Trợ từ "が" ở đây không có nghĩa là "しかし" (nhưng).

3) Người nghe lúc này sẽ phải tự suy đoán, lý giải phần còn lại và có sự đối ứng phù hợp.

② 作り方 *Cách làm*

"つくりかた" có nghĩa là phương pháp làm hoặc cách làm. Để tạo thành cấu trúc này ta bỏ "ます" trong "Vます" và thay bằng "かた". Có nghĩa là "cách V". "V ~~ます~~ ＋かた" là danh từ.

  つくります → つくりかた *cách làm*
  たべます → たべかた *cách ăn*

③ 何か 食べたいです。 *Tôi muốn ăn cái gì đó.*

Từ để hỏi "なに／どこ／だれ" + trợ từ "か" tạo ra ý nghĩa là "cái gì đó/nơi nào đó/ai đó" không thể chỉ định rõ ràng.

  何か 食べたいです。 *Tôi muốn ăn cái gì đó.*
  どこか(へ) 行きたいです。 *Tôi muốn đi tới đâu đó.*
  だれか いますか。 *Có ai đó không?*

13 Từ và thông tin văn hóa:

教育 Giáo dục

1. 日本の 学校制度 Hệ thống trường học của Nhật Bản

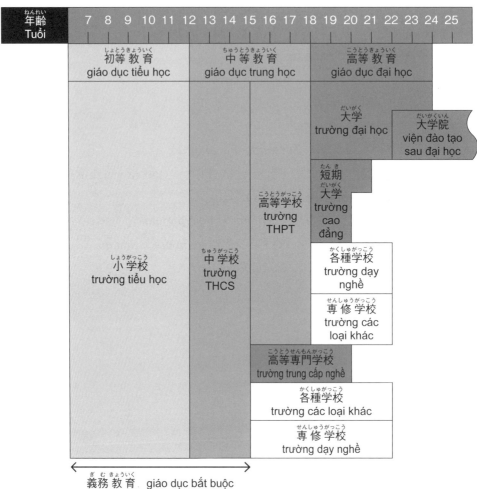

2. 学部 Khoa

理系 khoa tự nhiên
　医学部 khoa y
　薬学部 khoa dược
　工学部 khoa kỹ thuật công nghiệp
　理学部 khoa khoa học tự nhiên
　農学部 khoa nông nghiệp

文系 khoa xã hội
　法学部 khoa luật
　経済学部 khoa kinh tế
　経営学部 khoa kinh doanh
　文学部 khoa văn
　教育学部 khoa giáo dục

14 Sở thích của tôi là nghe nhạc.

Hội thoại

Watanabe: Alain, sở thích của anh là gì?
Malet: Sở thích của tôi à? Là nghe nhạc.
Watanabe: Vậy à? Anh nghe loại nhạc nào?
Malet: Tôi nghe nhạc Jazz, nhạc Rock. Chị Watanabe thì sao?
Watanabe: Tôi cũng thích âm nhạc. Thỉnh thoảng tôi tự sáng tác nhạc.
Malet: Vậy, chị có thể chơi được đàn piano không?
Watanabe: Có.
Malet: Tôi thì có thể chơi đàn ghi ta. Lần tới chúng ta cùng chơi đàn nhé!

Từ vựng

14

ギター		đàn ghi ta
たたみ	畳	chiếu Tatami (là loại tấm nệm lát sàn nhà làm từ sợi cây)
かれ	彼	anh ấy, ông ấy, bạn trai
かのじょ	彼女	chị ấy, cô ấy, bạn gái
りょうきん	料金	tiền phí
でんわりょうきん	電話料金	phí điện thoại
いけばな	生け花	nghệ thuật cắm hoa Ikebana
にんじゃ	忍者	Ninja (người hoạt động gián điệp ở Nhật Bản ngày xưa)
カラオケ		Karaoke
ゆかた	浴衣	Yukata (một loại Kimono đơn giản dùng cho mùa hè, làm từ vải sợi)
ペット		vật nuôi, thú cưng
バーベキュー		món nướng, BBQ
テント		lều, trại
めざましどけい	目覚まし時計	đồng hồ báo thức
シャワー		vòi hoa sen
は	歯	răng
スピーチ		bài phát biểu
ブログ		blog
バスケットボール		bóng rổ
ボウリング		bowling
スノーボード		ván trượt tuyết
ダンス		nhảy
からて	空手	Karate
きょく	曲	ca khúc, bản nhạc
まちます　Ⅰ	待ちます	đợi, chờ
しにます　Ⅰ	死にます	chết
ひきます　Ⅰ	弾きます	kéo, chơi (đàn)
できます　Ⅱ		có thể
すわります　Ⅰ	座ります	ngồi (địa điểm＋に)
たちます＊　Ⅰ	立ちます	đứng

はらいます　I	払います	trả tiền, thanh toán
セットします　III		cài đặt, sắp xếp
あびます[シャワーを〜]　II	浴びます[シャワーを〜]	tắm [vòi hoa sen]
みがきます　I	磨きます	đánh (răng, giày)
でかけます　II	出かけます	đi ra ngoài
けします　I	消します	tắt
のります　I	乗ります	lên xe, đi xe (phương tiện giao thông＋に)
おります*　II	降ります	xuống xe, xuống (phương tiện giao thông＋を)
はじめます　II	始めます	bắt đầu
みせます　II	見せます	cho xem
のせます　II	載せます	chở, để lên, chất lên, đăng tải (bài báo/ảnh chụp＋を) (blog/phương tiện truyền thông＋に)
—メートル(m)		— mét
なんメートル(m)	何メートル	mấy mét
このまえ	この前	hồi trước, trước đây
じぶんで	自分で	tự mình
うん		vâng (Câu trả lời khẳng định mang tính thân mật. Sử dụng cho người thân thiết.)
〜とか		chẳng hạn như 〜
〜まえに		〜 trước
はこね	箱根	Hakone
ながの	長野	Nagano
みえ	三重	Mie
にんじゃむら	忍者村	Làng Ninja
ぶんかセンター	文化センター	Trung tâm văn hóa
ますけい	ます形	Thể ます
じしょけい	辞書形	nguyên thể

Giải thích ngữ pháp

14

Các nhóm động từ
Động từ nguyên thể
Hội thoại dùng thể văn phong bình thường 1

1. Động từ nguyên thể

   1) Phân nhóm động từ

      Động từ trong tiếng Nhật được chia làm 3 nhóm: Nhóm Ⅰ, Nhóm Ⅱ và Nhóm Ⅲ.

      Nhóm Ⅰ : là những động từ có âm đứng trước "ます" thuộc cột い trong bảng chữ cái tiếng Nhật (-iます).

      Nhóm Ⅱ : là những động từ có âm đứng trước "ます" thuộc cột え trong bảng chữ cái tiếng Nhật (-eます)

      Tuy nhiên, trong Nhóm Ⅱ cũng có những động từ ngoại lệ như: "みます", "かります", "おきます", "います", v.v..

      Nhóm Ⅲ : là các động từ bất quy tắc: します, きます.

Ⅰ	かいます, おろします, かきます, まちます, あそびます, よみます, わかります v.v.	-iます
Ⅱ	おしえます, ねます, あげます, たべます v.v. *みます, かります, おきます, います v.v.	-eます -iます
Ⅲ	きます します, べんきょうします, しょくじします v.v.	Động từ bất quy tắc

   2) Động từ nguyên thể (V dic) là dạng gốc của động từ. Trong từ điển động từ được để ở dạng này cho nên trong tiếng Nhật nó có tên gọi là Thể từ điển. Dạng nguyên thể sử dụng đi kèm sau với nhiều từ sau nó để tạo ra nhiều diễn đạt khác nhau.

      Cách tạo động từ nguyên thể như sau:

	V ます	V dic.			V ます	V dic.	
I	かいます	かう	い→う	II	たべます	たべる	ます→る
	かきます	かく	き→く		ねます	ねる	
	およぎます	およぐ	ぎ→ぐ		みます	みる	
	はなします	はなす	し→す		かります	かりる	
	まちます	まつ	ち→つ	III	きます	くる	
	しにます	しぬ	に→ぬ		します	する	
	あそびます	あそぶ	び→ぶ				
	よみます	よむ	み→む				
	とります	とる	り→る				

2. わたしの 趣味は 本を 読む ことです。 — Sở thích của tôi là đọc sách.
わたしの 趣味は 音楽です。 — Sở thích của tôi là âm nhạc.

● わたしの 趣味は [V dic. こと / N] です

Đây là cách nói dùng khi nói về sở thích. "こと" đi sau động từ nguyên thể, có chức năng danh từ hóa động từ.

3. アランさんは ギターを 弾く ことが できます。 — Alain có thể chơi đàn ghi ta.
アランさんは 中国語が できます。 — Alain có thể nói tiếng Trung Quốc.

● [V dic. こと / N] が できます

"できます" ở đây là động từ biểu thị khả năng. Trước "できます", ta sử dụng danh từ hoặc "V dic. + こと".

4. 図書館で CDを 借りる ことが できます。 — Bạn có thể mượn CD ở thư viện.
図書館で インターネットが できます。 — Có thể dùng internet ở thư viện.

● [V dic. こと / N] が できます

"できます" ở đây thể hiện trong một hoàn cảnh nào đó một hành động là có khả năng.

5. 食(た)べる まえに、手(て)を 洗(あら)います。　*Trước khi ăn, tôi rửa tay.*
食事(しょくじ)の まえに、手(て)を 洗(あら)います。　*Trước bữa ăn, tôi rửa tay.*

● [V1 dic. / Nの] まえに、V2

Đây là cách nói diễn tả việc trước khi diễn ra hành động V1 thì diễn ra hành động V2. V1 luôn ở dạng nguyên thể, V2 biểu thị thì của toàn bộ câu. Trường hợp đứng trước "まえに" là danh từ thêm "の" vào sau danh từ đó, thành cụm từ "Nのまえに".

---

① 猫(ねこ)とか、犬(いぬ)とか。　*Chó này, mèo này.*

"とか" là trợ từ dùng để đưa ra ví dụ. Trong khi trợ từ "や" chỉ dùng được cho danh từ thì "とか" được dùng cho cả trường hợp không phải là danh từ. ⇒ Bài 8-③

② 上手(じょうず)では ありません。　*Tôi không giỏi.*

"ではありません" có nghĩa giống với "じゃありません". "じゃありません" được dùng cho văn nói, còn "ではありません" được dùng trong văn viết.

A : 何(なに)か 食(た)べる？　*Bạn ăn gì không?*
B : うん、食(た)べる。　*Ừ, ăn.*

1) Trong văn nói của tiếng Nhật có hai hình thức văn nói: thể văn phong lịch sự và thể văn phong bình thường.

Thể văn phong lịch sự dùng ở nơi trang trọng hoặc trong bối cảnh nói chuyện với những người không thân thiết mấy hay với người không quen biết. Thể văn lịch sự sử dụng dạng lịch sự "です", "ます". Thể văn phong bình thường được dùng khi nói chuyện với bạn bè, người trong gia đình hoặc khi người trên nói chuyện với người dưới.

2) Nguyên thể chính là thể thường của "Vます" dạng khẳng định phi quá khứ.

3) Trong câu nghi vấn của thể thường có lược bỏ từ cuối câu "か" và lên giọng ở cuối câu. Ngoài ra, một bộ phận các trợ từ như như "は", "を", v.v. cũng thường được lược bỏ.

Từ và thông tin văn hóa:

コンビニ Cửa hàng tiện lợi

1. 宅配便を 送る	gửi dịch vụ chuyển phát đến tận nhà
2. 切手、はがき、収入印紙を 買う	mua tem, bưu thiếp, tem thuế
3. コピーを する	photocopy
4. 銀行ＡＴＭで お金を 下ろす	rút tiền ở ATM ngân hàng
5. 公共料金（電話、電気、水道、ガスなど）を 払う	thanh toán các chi phí sinh hoạt (điện thoại, điện, nước, gas v.v.)
6. 税金を 払う	đóng thuế
7. 国民健康保険料を 払う	thanh toán tiền bảo hiểm sức khỏe toàn dân
8. 有料ごみ処理券を 買う	mua phiếu xử lý rác
9. チケット（コンサート、スポーツ、映画など）を 買う	mua vé (hòa nhạc, thể thao, phim v.v.)

15 Bây giờ người khác đang dùng.

Hội thoại

Chatchai: Chị ơi làm ơn cho em hỏi!
Em muốn sử dụng sân bóng rổ thì có được không ạ?
Người lễ tân: Bạn đến đây lần đầu tiên à?
Chatchai: Vâng ạ! Hôm nay, em có thể sử dụng được không ạ?
Người lễ tân: Bây giờ vì đang có người khác dùng rồi nên từ 4 giờ thì được.
Chatchai: Vậy ạ? Em hiểu rồi. Vậy, chị làm ơn cho em dùng từ 4 giờ.
Người lễ tân: Vậy bạn hãy viết tên và địa chỉ vào đây!
Chatchai: Vâng ạ.

Từ vựng

プリント		in, bản in
なべ		cái nồi
ボール		bát tô
スリッパ		dép đi trong nhà
さんこうしょ	参考書	sách tham khảo
しりょう	資料	tài liệu
すいせんじょう	推薦状	thư tiến cử, thư giới thiệu
ごみ		rác
だいどころ	台所	bếp
コート		áo khoác
じゅうしょ	住所	địa chỉ
いそぐ　I	急ぐ	vội, khẩn trương
あつめる　II	集める	thu thập, sưu tập, tập hợp
コピーする　III		photocopy
きる　I	切る	cắt
いれる　II	入れる	cho (vật ＋を) vào (cái gì đó ＋に)
にる　II	煮る	nấu
ならべる　II	並べる	xếp thành hàng
とる　I	取る	lấy
いう　I	言う	nói
しゅうりする　III	修理する	sửa chữa
あがる　I	上がる	vào nhà (người khác)
はく　I	履く	xỏ (tất, giày…), mặc (quần…)
すてる　II	捨てる	vứt
はこぶ　I	運ぶ	vận chuyển, chở, bê (vật ＋を) đến (địa điểm ＋へ)
ふく　I		lau, chùi
あぶない	危ない	nguy hiểm
ほかの		ngoài ra

もう いちど	もう 一度	lại một lần nữa
すぐ		ngay lập tức
どうぞ		xin mời
どうも		cảm ơn (sử dụng để nhấn mạnh lòng biết ơn, ý xin lỗi)
しつれいします。	失礼します。	Tôi xin phép! (câu chào khi vào hoặc ra khỏi phòng)
いただきます。		Xin mời! (nói trước khi ăn, uống)
すみませんが、〜		Xin lỗi, 〜
いいですよ。		Được đấy!/Được thôi!

てけい	て形	thể て

Giải thích ngữ pháp

Thể て 1
Hội thoại dùng thể văn phong bình thường 2

1. Động từ ở thể て

Thể て (V て) của động từ được dùng để nối động từ với động từ, đi cùng với nhiều thể loại đằng sau để tạo nên các ý nghĩa khác nhau. Cách tạo thành thể て sẽ khác nhau tùy thuộc vào nhóm của động từ. Cách tạo thể て như sau:

	V dic.	V て			V dic.	V て	
I	かう まつ とる	かって まって とって	う つ→って る	II	ねる たべる みる	ねて たべて みて	る→て
	よむ あそぶ しぬ	よんで あそんで しんで	む ぶ→んで ぬ	III	くる する	きて して	
	かく いそぐ はなす *いく	かいて いそいで はなして いって	く→いて ぐ→いで す→して				

Cả "いA くて", "な A で", "N で" của tính từ và danh từ trong giáo trình này cũng được gọi là thể て. ⇒ Bài 11-**5**

2. 先生：リンさん、プリントを 集めて ください。
リン：はい、分かりました。

Giáo viên: Lin, em hãy đi thu bài lại cho thầy!
Lin: Vâng thưa thầy, em rõ rồi ạ!

● V て ください

Là cách nói được dùng để người nói đưa ra chỉ thị hoặc yêu cầu nhờ vả đối với người nghe.

3. 木村：どうぞ、たくさん 食べて ください。
ポン：どうも ありがとう ございます。

Kimura: Bạn cứ hãy ăn nhiều vào nhé!
Pon: Cháu cảm ơn ạ!

● V て ください

Cũng được dùng như là một cách nói khuyên bảo, khuyến khích người nghe. Sự khác nhau về ý nghĩa của mẫu câu **2** và **3** được nhận định theo bối cảnh câu chuyện.

4. キム：漢字を 書いて くださいませんか。
先生：ええ、いいですよ。

Kim: Thầy làm ơn viết chữ Hán giúp em được không ạ?
Giáo viên: Ừ, được thôi.

● V て くださいませんか

Là cách nói nhờ vả lịch sự hơn "V てください", sử dụng cho người trên. Thường sử dụng đi kèm với "すみませんが" ở đầu câu. Tuy nhiên, "V てくださいませんか" không sử dụng với ý nghĩa khuyên bảo khuyến khích như trong mẫu câu **3**.

5. キムさんは 今 漢字を 書いて います。 *Bạn Kim bây giờ đang viết chữ Hán.*

● V て います

Mẫu câu này biểu thị một hành động hiện đang được tiếp diễn.

お皿、台所へ 運んで。　*Hãy bê đĩa vào nhà bếp.*

Trong hội thoại thể văn phong bình thường, "ください" trong "V てください" được lược bỏ.

Mức độ lịch sự thấp dần theo thứ tự từ trên xuống dưới:

Lịch sự ①窓を 開けて くださいませんか。
　　　　　Anh/chị có thể làm ơn mở giúp cửa sổ có được không?
②窓を 開けて ください。　*Anh/chị hãy mở giúp cửa sổ!*

Bình thường ③窓を 開けて。　*Mở cửa sổ ra!*

ここに 名前を 書いて ください。　*Hãy viết tên vào đây.*

"に" là trợ từ biểu thị điểm mà hành động hướng tới.

Từ và thông tin văn hóa:

台所(だいどころ) Bếp

1. 料理用具(りょうりようぐ) Dụng cụ nấu ăn

- 電子(でんし)レンジ lò vi sóng
- ボウル bát tô
- まな板(いた) thớt
- なべ nồi
- 炊飯器(すいはんき) nồi cơm điện
- 包丁(ほうちょう) dao
- ポット phích đun nước
- フライパン chảo rán

2. 調味料(ちょうみりょう) Gia vị nấu ăn

砂糖(さとう) đường　　塩(しお) muối　　しょうゆ xì dầu　　酢(す) dấm
ソース nước sốt　　こしょう hạt tiêu　　油(あぶら) dầu
マヨネーズ sốt Mai-ô-ne　　みそ tương Miso　　ケチャップ tương cà chua
とうがらし ớt　　ドレッシング sốt xa lát
バター bơ　　マーガリン bơ thực vật　　ジャム mứt

3. 料理(りょうり)の 動詞(どうし) Động từ nấu ăn

焼(や)く nướng　　いためる xào　　ゆでる luộc　　蒸(む)す hấp
沸(わ)かす đun sôi　　揚(あ)げる rán, chiên　　混(ま)ぜる trộn　　煮(に)る nấu
炊(た)く nấu (cơm)

4. 味(あじ) Vị

甘(あま)い ngọt　　辛(から)い cay　　塩辛(しおから)い／しょっぱい mặn
酸(す)っぱい chua　　苦(にが)い đắng

16 Tôi chạm vào nó có được không?

Hội thoại

Kimura: Ôi, đây là con rô bốt, cháu nhỉ!
Le: Vâng. Con rô bốt này có thể nói chuyện ạ.
Kimura: Tôi chạm vào nó có được không?
Le: Mời bác! Nó còn có thể giúp đỡ người nữa đấy ạ.
Kimura: Thật vậy sao?
Le: Vâng! 7 giờ sáng nó pha cà phê, nướng bánh mì và bưng đến.
Kimura: Giỏi thế nhỉ! Nó còn có ích hơn con mèo nhà bác.

Từ vựng

(お)かし	(お)菓子	bánh kẹo
たばこ		thuốc lá
ちゅうがくせい	中学生	học sinh cấp 2
びじゅつかん	美術館	bảo tàng mỹ thuật
ふく	服	quần áo
デザイン		thiết kế
かいしゃ	会社	công ty
ばしょ	場所	địa điểm
ばんごう	番号	số
でんわばんごう	電話番号	số điện thoại
メールアドレス		địa chỉ email
かめ		con rùa
(お)しろ	(お)城	lâu đài
おひめさま	お姫様	công chúa
おどり	踊り	nhảy, múa
そぼ	祖母	bà (của mình)
そふ ＊	祖父	ông (của mình)
おばあさん ＊		bà (của người khác)
おじいさん ＊		ông (của người khác)
ほんやく	翻訳	biên dịch, dịch viết
きかい	機械	máy móc, cơ khí
きかいこうがく	機械工学	công nghệ máy móc
なか	仲	mối quan hệ
(お)てつだい	(お)手伝い	(sự) giúp đỡ
ほんとう	本当	thật sự
まいとし	毎年	hàng năm
まいつき ＊	毎月	hàng tháng
チェックする　Ⅲ		kiểm tra
おく　Ⅰ	置く	đặt/để (vật＋を) (địa điểm＋に)
とめる　Ⅱ	止める	dừng/đỗ (phương tiện giao thông ＋を) (địa điểm＋に)
すう［たばこを～］　Ⅰ	吸う［たばこを～］	hút [thuốc lá]
けっこんする　Ⅲ	結婚する	kết hôn

すむ　Ⅰ	住む	sống (địa điểm＋に)
けいえいする　Ⅲ	経営する	kinh doanh
しる　Ⅰ	知る	biết
きく　Ⅰ	聞く	nghe
たすける　Ⅱ	助ける	giúp đỡ
のりかえる　Ⅱ	乗り換える	đổi xe, đổi tàu (phương tiện giao thông＋に)
たいしょくする　Ⅲ	退職する	nghỉ việc
さわる　Ⅰ	触る	sờ, chạm
いれる　Ⅱ	入れる	pha (cà phê)
やく　Ⅰ	焼く	nướng
もって　くる　Ⅲ	持って　来る	cầm đến, mang đến
もって　いく＊　Ⅰ	持って　行く	mang đi
やくに　たつ　Ⅰ	役に　立つ	có lợi, có ích
すごい		kinh khủng, giỏi
どうやって		bằng cách nào
すぐ		ngay lập tức
もう		đã, rồi
あのう		à (câu nói khi ngập ngừng suy nghĩ)
わあ		ồ, ôi (từ cảm thán)

しんじゅく	新宿	Shinjuku
うえの	上野	Ueno
ひがしぎんざ	東銀座	Higashi-Ginza
うえのどうぶつえん	上野動物園	Vườn thú Ueno
こうきょ	皇居	Hoàng cung
ローラ		Laura
モハメド		Mohamed
たろう	太郎	Taro
JR (ジェイアール)		JR, Đường sắt Nhật Bản
さくらだいがく	さくら大学	Đại học Sakura
ユースホステルへ　ようこそ		Chào mừng quý khách đến với khách sạn Youth!
ゆ	湯	nước ấm, nước nóng

Giải thích ngữ pháp

Thể て 2

1. 写真を 撮っても いいです。　*Tôi chụp ảnh được không?*

●V ても いいです

Đây là cách nói biểu thị sự cho phép. Nếu dùng câu nghi vấn "V ても いいですか" thì sẽ là cách nói xin đối phương cho phép mình làm một việc gì đó. Trường hợp đồng ý cho phép thì sẽ trả lời là: "ええ、いいですよ" hoặc "ええ、どうぞ"; còn trường hợp không cho phép thì có thể dùng cách nói tránh sau để trả lời: "すみません、ちょっと……"

　　A ：写真を 撮っても いいですか。　*Tôi chụp ảnh có được không?*
　　B１：ええ、いいですよ。　*Vâng, được chứ.*
　　B２：すみません。ちょっと……。
　　　　Xin lỗi anh/chị. Tôi e rằng hơi ấy một chút...

2. 教室で ジュースを 飲んでは いけません。

Không được uống nước ngọt trong lớp học.

●V ては いけません

Đây là cách nói thể hiện sự cấm đoán. Sử dụng khi nói về các quy định nơi công cộng như trên đường phố hay các công trình công cộng, v.v..

3. ナルコさんは 結婚して います。　*Naruko đã kết hôn*

●V て います

Biểu thị trạng thái một kết quả của hành động trong quá khứ được tiếp diễn đến thời điểm hiện tại.

Ngoài ra, cũng còn sử dụng để biểu thị một hành động quen thuộc thường được lặp đi lặp lại hay như một cách nói về nghề nghiệp.

　　ナルコさんは 大学で 働いて います。
　　Naruko đang làm việc tại trường đại học.

4. 宿題を して、メールを 書いて、寝ました。

Tôi làm bài tập, viết e-mail rồi đi ngủ.

● V1 て、(V2 て、) V3

Đây là cách nói mà ở đó các động từ được nối với nhau bằng thể て, biểu thị các hành động được diễn ra liên tiếp hoặc tuần tự. Các động từ được kết nối thông thường là từ 2 hoặc 3 động từ. Động từ cuối cùng sẽ biểu thị thì của cả câu.

① A: さくら大学の 場所を 知って いますか。
　 B: いいえ、知りません。

A: Bạn có biết địa điểm của trường Đại học Sakura ở đâu không?

B: Không, tôi không biết

Phủ định của しっています không phải là しっていません mà là しりません.

Từ và thông tin văn hóa:

駅(えき) Nhà ga

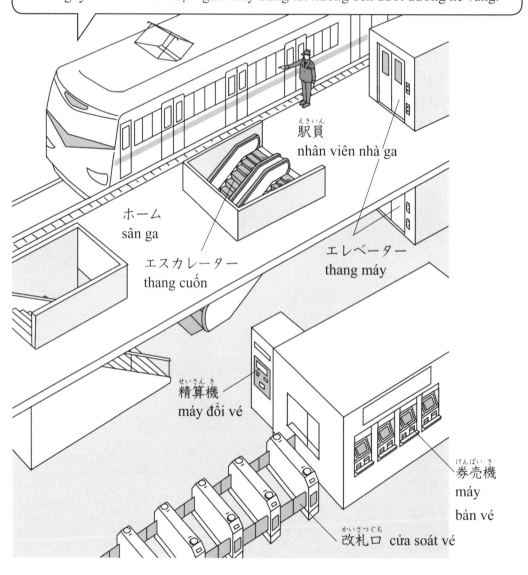

2番線(ばんせん)に 電車(でんしゃ)が 参(まい)ります。
危(あぶ)ないですから、黄色(きいろ)い 線(せん)の 内側(うちがわ)まで 下(さ)がって ください。

Xe điện sẽ đi tới đường ga số 2.
Vì nguy hiểm nên xin mọi người hãy đứng lùi xuống bên dưới đường kẻ vàng.

駅員(えきいん) nhân viên nhà ga
ホーム sân ga
エスカレーター thang cuốn
エレベーター thang máy
精算機(せいさんき) máy đổi vé
券売機(けんばいき) máy bán vé
改札口(かいさつぐち) cửa soát vé

中央口(ちゅうおうぐち) cửa trung tâm　東口(ひがしぐち) cửa Đông　西口(にしぐち) cửa Tây
南口(みなみぐち) cửa Nam　北口(きたぐち) cửa Bắc　待合室(まちあいしつ) phòng chờ

17 Đừng có quá sức nhé!

Hội thoại

Lin: Marie ơi, cùng về không?
Smith: Xin lỗi bạn! Bạn hãy về trước đi. Tôi luyện tập một chút xong rồi về.
Lin: Marie bạn chăm chỉ luyện tập nhỉ.
Smith: Ừ! Vì thứ bảy tuần này có trận thi đấu ở Sân vận động thành phố.
Lin: Thế à? Vậy, hãy cố gắng lên nhé. Nhưng đừng có quá sức nhé.
Smith: Cảm ơn bạn!

Từ vựng

はと		chim bồ câu
えさ		thức ăn cho động vật, mồi
いけ	池	ao
えだ	枝	cành cây
せんせい	先生	giáo viên (ngoài nghĩa là "giáo viên" ra, còn được sử dụng như là từ xưng hô tỏ ý kính trọng khi gọi người dạy trong trường đại học, bác sỹ, luật sư, v.v..)
ぜいきん	税金	tiền thuế
しけん	試験	kì thi, bài kiểm tra
さくぶん	作文	bài văn
おうさま	王様	vua
ちゅうがく	中学	trung học cơ sở
こうこう	高校	trường trung học phổ thông, trường cấp ba
でんげん	電源	nguồn điện
ファイル		file
アドレス		địa chỉ
しあい	試合	trận thi đấu
せん	栓	nút
(お)ゆ	(お)湯	nước ấm, nước nóng
タオル		khăn tắm, khăn mặt
にさんにち	2、3日	2, 3 ngày
なく　I	泣く	khóc
わらう　I	笑う	cười
おす　I	押す	ấn, đẩy
おこる　I	怒る	tức giận
やる[えさを～]　I		tặng/cho [mồi] (sử dụng với động, thực vật hoặc người ít tuổi hơn trong gia đình)
おる　I	折る	gấp, gập, bẻ

うんてんする Ⅲ	運転する	lái
うける[しけんを～] Ⅱ	受ける[試験を～]	tham dự [thi]
ならぶ Ⅰ	並ぶ	xếp thành hàng
あやまる Ⅰ	謝る	xin lỗi
やる[テニスを～] Ⅰ		làm, chơi [ten-nít] (cách nói thân mật của "する")
そつぎょうする Ⅲ	卒業する	tốt nghiệp
きる Ⅰ	切る	cắt, thái
ほぞんする Ⅲ	保存する	lưu, cất giữ
そうしんする Ⅲ	送信する	gửi tin
さくじょする Ⅲ	削除する	xóa
とうろくする Ⅲ	登録する	đăng ký
かける Ⅱ		đổ, tưới, té, chan (một thứ gì đó dạng chất lỏng hay chất bột (dùng với trợ từ を) lên một vật gì đó (dùng với trợ từ に))
ぬく Ⅰ	抜く	nhổ, cởi, tháo, mở
でる Ⅱ	出る	ra, rời khỏi
ある Ⅰ		có
がんばる Ⅰ	頑張る	cố gắng
むりを する Ⅲ	無理を する	làm quá sức
ない		không có (dạng phủ định của ある)
まだ		vẫn
ぜんぶ	全部	toàn bộ
さきに	先に	trước
もう すこし	もう 少し	thêm một chút
ううん		không (cách nói thân mật)

しみんグラウンド	市民グラウンド	Sân vận động thành phố
おめでとう ございます。		Xin chúc mừng!
ないけい	ない形	thể ない

17

Giải thích ngữ pháp

Thể ない
Thể て 3
Hội thoại dùng thể văn phong bình thường 3

1. Động từ ở thể ない

Thể ない được kết hợp với các cụm từ khác nhau để tạo nên các nghĩa khác nhau. Cách chia sang thể ない khác nhau phụ thuộc vào nhóm của động từ.

Nhóm Ⅰ : Thay chữ cái cuối cùng của động từ nguyên thể thuộc cột "-u" sang cột "-a ＋ ない". (Tuy nhiên, "-う" thì không phải là "-あない" mà là "-わない".)

Nhóm Ⅱ : Bỏ "る" dạng nguyên thể và thay bằng "ない".

Nhóm Ⅲ : くる→こない, する→しない

	V dic.	V ない				V dic.	V ない	
Ⅰ	かう	かわない	う→わ		Ⅱ	ねる	ねない	
	かく	かかない	く→か			みる	みない	る→ない
	はなす	はなさない	す→さ					
	まつ	またない	つ→た	ない				
	しぬ	しなない	ぬ→な		Ⅲ	くる	こない	
	あそぶ	あそばない	ぶ→ば			する	しない	
	よむ	よまない	む→ま					
	かえる	かえらない	る→ら					
	*ある	ない						

2. 写真を 撮らないで ください。　*Xin đừng chụp ảnh.*
　● V ないで ください

Đây là cách nói yêu cầu, nhờ vả hay chỉ thị không làm một việc gì đó.

3. 税金を 払わなくても いいです。　*Không cần trả thuế cũng được.*

● V なくても いいです

Đây là cách nói biểu thị sự không cần thiết phải thực hiện một hành động nào đó.

4. 晩ご飯を 食べてから、テレビを 見ます。　*Sau khi ăn cơm tối, tôi xem ti vi.*

● V1 てから、V2

Đây là cách nói biểu thị mối quan hệ trước sau của các hành động. Thể hiện hành động V1 sau khi kết thúc xong thì hành động V2 diễn ra. Thì của cả câu phụ thuộc vào động từ cuối cùng.

---

① 市民グラウンドで 試合が あります。

Sẽ có trận thi đấu tại Sân vận động thành phố.

Đây là cách nói biểu thị một sự kiện hay sự việc được tổ chức hay được phát sinh. Trợ từ "で" đánh dấu địa điểm nơi xảy ra sự kiện, sự việc.

① A：サッカーの 試合、見に 行く？　*Bạn có đi xem trận đấu bóng đá không?*
　 B：ううん、行かない。　*Không, tôi không đi.*

"Thể ない" là thể thường của "V ません" ở dạng phủ định phi quá khứ.

② 砂糖、入れないで。　*Đừng cho đường vào!*

Trong hội thoại ở hình thức thể văn thường, "V ないでください" biến thành "V ないで". ⇒ Bài 15

Từ và thông tin văn hóa:

コンピューターと メール Máy tính và e-mail

1. コンピューター Máy tính

新規作成(しんきさくせい) tạo file mới 　開く(ひらく) mở ra 　上書き保存(うわがきほぞん) lưu
印刷(いんさつ) in 　印刷(いんさつ)プレビュー xem trước khi in
スペルチェック kiểm tra chính tả
切り取り(きりとり) cắt 　コピー copy 　貼り付け(はりつけ) dán
書式(しょしき)の コピー／貼り付け(はりつけ) đính kèm 　戻る(もどる) undo/quay lại 　やり直す(なおす) sửa lại
ファイル（F）file 　編集(へんしゅう)（E）edit 　表示(ひょうじ)（V）view
挿入(そうにゅう)（I）chèn 　書式(しょしき)（O）format

2. メール E-mail

メールの 作成(さくせい) tạo mail mới 　返信(へんしん) trả lời 　全員(ぜんいん)へ 返信(へんしん) trả lời tất cả
転送(てんそう) chuyển tiếp 　印刷(いんさつ) in 　削除(さくじょ) xóa
送受信(そうじゅしん) gửi và nhận tin

18 Cậu đã từng xem Sumo bao giờ chưa?

Hội thoại

Kimura: Tom này, cậu có thích Sumo không?

Jordan: Cháu thích ạ.

Kimura: Cậu đã từng đi xem bao giờ chưa?

Jordan: Chưa, cháu hay xem trên tivi chứ kia thì... Bác Kimura thì sao ạ?

Kimura: Tôi đã từng đi xem nhiều lần rồi đấy!
Lần tới cậu có đi xem cùng tôi không?

Jordan: Ồ, thật á?

Kimura: Có thể chụp ảnh hay bắt tay với võ sỹ Sumo đấy!

Jordan: Ôi, cháu cảm ơn bác! Cháu rất mong đến hôm được đi xem ạ!

Từ vựng

かぶき	歌舞伎	kịch Kabuki (một loại nhạc kịch truyền thống của Nhật Bản)
ぼんおどり	盆踊り	múa Bon (một hình thức múa dân gian của Nhật Bản được múa vào dịp hè)
パンフレット		tờ quảng cáo
ひっこし	引っ越し	việc chuyển nhà
ガス		ga, khí ga
ガスがいしゃ	ガス会社	công ty gas
すいどう＊	水道	nước máy
ろんぶん	論文	luận văn
わすれもの	忘れ物	đồ bỏ quên
こいびと	恋人	người yêu
なっとう	納豆	món đậu tương lên men, món Natto
ぞう	象	con voi
あくしゅ	握手	vỗ tay
ホームステイする Ⅲ		ở homestay
さがす Ⅰ	探す	tìm kiếm
にづくりする Ⅲ	荷造りする	đóng gói hành lý
れんらくする Ⅲ	連絡する	liên lạc
きが つく Ⅰ	気が つく	để ý/nhận ra (vật＋に)
だす Ⅰ	出す	lấy ra, gửi (thư), cho ra
しっぱいする Ⅲ	失敗する	thất bại
わかれる Ⅱ	別れる	chia tay (người＋と)
かんせいする Ⅲ	完成する	hoàn thành
おもいだす Ⅰ	思い出す	nhớ về, hồi tưởng
たのしみに する Ⅲ	楽しみに する	mong đợi
だいすき［な］	大好き［な］	rất thích

―かい	―回	một lần
なんかい	何回	mấy lần
どの		cái nào (chọn một trong ba thứ trở lên)
ぜひ		nhất định
やっと		cuối cùng thì
えっ		thế á, hả, ồ (từ tỏ ý ngạc nhiên)
～ あとで		sau khi ～
いつが いいですか。		Khi nào thì được ạ?
いつでも いいです。		Khi nào cũng được.

たけい	た形	Thể た

Giải thích ngữ pháp

Thể た
Hội thoại dùng thể văn phong bình thường 4

1. Động từ thể た

"Thể た" của động từ được kết hợp với các cụm từ khác nhau tạo nên các nghĩa khác nhau. Cách tạo thành "thể た" (Vた) giống với cách tạo thành "thể て", thay "て" của "thể て" bằng "た".

	V dic.	V て	V た			V dic.	V て	V た	
I	かう	かって	かった	て→た	II	たべる	たべて	たべた	て→た
	かく	かいて	かいた			みる	みて	みた	
	かす	かして	かした		III	くる	きて	きた	
	よむ	よんで	よんだ			する	して	した	

2. わたしは 北海道へ 行った ことが あります。　*Tôi đã từng đi đến Hokkaido.*

● V た ことが あります

Đây là cách nói biểu thị kinh nghiệm trong quá khứ. Nội dung của kinh nghiệm được biểu thị bằng "Vた＋こと". Không sử dụng trong câu chỉ tường thuật lại những hành động hay sự việc trong quá khứ như dưới đây:

わたしは 昨日 カメラを 買いました。　Hôm qua, tôi đã mua cái máy ảnh.

3. わたしは テレビを 見たり、本を 読んだり します。

Tôi lúc thì xem ti vi, lúc thì đọc sách.

● V1 たり、V2 たり します

Đây là cách nói nêu một vài hành động tiêu biểu từ nhiều hành động làm ví dụ. Thì của câu phụ thuộc vào thì của "します" đứng cuối câu.

4. わたしは 泳いだ あとで、30分 寝ました。
わたしは ジョギングの あとで、30分 寝ました。

Sau khi bơi, tôi đã ngủ 30 phút.

Sau khi chạy bộ, tôi đã ngủ 30 phút.

● [V1 た / N の] あとで、V2

Đây là cách nói mà ở đó hành động của V1/N đã hoàn thành xong và tiếp theo hành động N2 được tiến hành. Thì của câu phụ thuộc vào động từ đứng cuối câu. "Vたあとで" tập trung nhấn mạnh vào tuần tự diễn ra hành động xem hành động nào có trước, hành động nào có sau. Trong khi đó, "Vてから" lại tập trung nhấn mạnh vào sự liên tục của hành động kiểu như sau khi một hành động nào đó diễn ra thì tiếp tục có một hành động khác tiếp theo diễn ra. ⇒ Bài 17-**4**

18

① 何回も 行った ことが あります。　*Tôi đã từng đi nhiều lần rồi.*

"なん + trợ từ đếm + も" thể hiện rằng người nói cảm thấy số lượng đó là nhiều. "なんかいも" có nghĩa là "nhiều lần".

　　何時間も 勉強しました。　*Tôi đã học trong nhiều tiếng đồng hồ.*

A：何時に うちへ 帰った？　*Bạn đã về nhà lúc mấy giờ?*
B：6時に 帰った。　*Tôi đã về lúc 6 giờ.*

"Thể た" là dạng khẳng định quá khứ, là thể thường của "Vました".

いつでも いいです。　*Lúc nào cũng được.*

Các từ để hỏi "いつ/なん/どこ/だれ/どちら + でも" có nghĩa là "lúc nào cũng/cái gì cũng/ở đâu cũng/ai cũng/cái nào cũng".

いつでも いいです。　*Lúc nào cũng được.*
何でも いいです。　*Cái gì cũng được.*
どこでも いいです。　*Ở đâu cũng được.*
だれでも いいです。　*Ai cũng được.*
どちらでも いいです。　*Cái nào cũng được.*

"Trợ từ を" biểu thị địa điểm nơi mà từ đó đi ra ngoài hoặc xuống khỏi, còn "に" biểu thị địa điểm nơi sẽ vào hoặc lên.

電車を 降ります。　*Tôi xuống xe điện*　　部屋を 出ます。　*Tôi ra khỏi phòng.*
電車に 乗ります。　*Tôi lên xe điện.*　　部屋に 入ります。　*Tôi xuống xe điện.*

Từ và thông tin văn hóa:

都道府県 (とどうふけん) Các tỉnh thành Nhật Bản

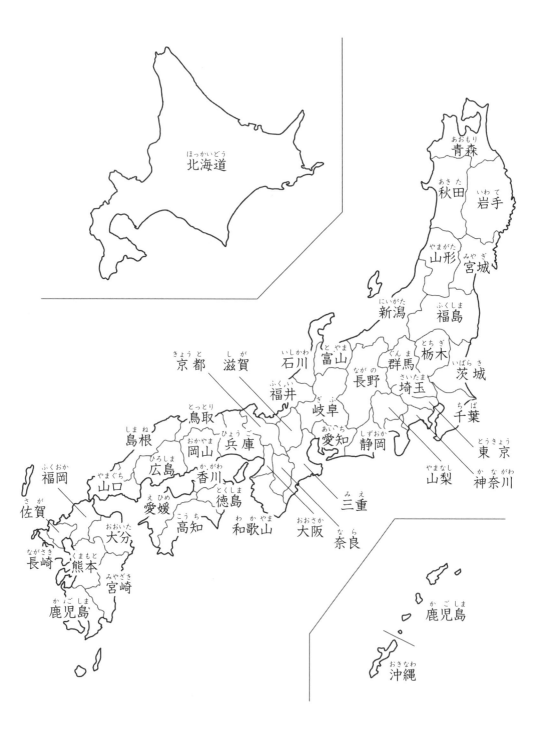

まとめ 3

Từ vựng

ピザ		bánh piza
せんもんがっこう	専門学校	trường trung cấp chuyên nghiệp, trường trung cấp nghề
カップ		cốc, tách, chén
コーヒーカップ		tách cà phê
フリーマーケット		chợ đồ cũ
あなた		bạn
みつける　Ⅱ	見つける	tìm kiếm
ほんとうに	本当に	thực sự

19 Tôi thấy nhà ga vừa sáng sủa vừa sạch sẽ.

Hội thoại

Lin: Marie, bạn nghĩ sao về tàu điện của Tokyo.
Smith: Đúng rồi! Tôi thấy tiện nhưng giờ cao điểm quá đông nên khá mệt.
Lin: Đúng vậy nhỉ!
Smith: Thêm nữa, tôi thấy loa thông báo trong tàu điện và chuông của nhà ga khá ồn ào.
Lin: Vậy à? Kim thì nghĩ sao?
Kim: Marie nói rằng ồn ào nhưng tôi lại thấy nó rất thân thiện. Hơn thế, tôi thấy nhà ga vừa sáng sủa vừa sạch sẽ.

Từ vựng

ちきゅう	地球	trái đất
じんこう	人口	dân số
つき	月	mặt trăng
しゅるい	種類	loại, chủng loại
（お）いしゃ（さん）	（お）医者（さん）	bác sĩ
かぜ	風邪	cảm mạo
インフルエンザ		cúm
くすり	薬	thuốc
ようじ	用事	việc bận
ぼうねんかい	忘年会	tiệc tất niên
ミーティング		cuộc họp
そうべつかい	送別会	tiệc chia tay
こくさいけっこん	国際結婚	kết hôn quốc tế, hôn nhân với người nước ngoài
しゅうかん	習慣	tập quán, thói quen
りゅうがく	留学	du học
はれ	晴れ	trời nắng
くもり＊	曇り	trời nhiều mây
もり	森	rừng
かわ	川	sông
みなと	港	cảng
きもち	気持ち	cảm giác, cảm xúc, tình cảm
ラッシュアワー		giờ cao điểm
ベル		chuông
むかし	昔	ngày xưa
そう		như vậy
おもう　Ⅰ	思う	nghĩ
ふえる　Ⅱ	増える	tăng lên
へる＊　Ⅰ	減る	giảm xuống
なくなる　Ⅰ		chết, mất
なおる　Ⅰ	治る	chữa, điều trị

19

のむ[くすりを～] I	飲む[薬を～]	uống [thuốc]
でる II	出る	tham dự, đi ra (hội họp＋に)
ちがう I	違う	nhầm, sai, khác
あるく I	歩く	đi bộ
みえる II	見える	nhìn thấy, trông thấy
つかれる II	疲れる	mệt
きびしい	厳しい	nghiêm khắc
ひつよう[な]	必要[な]	cần thiết
これから		từ nay về sau
ちょっと		một chút, hơi
それに		thêm vào đó
さあ		nào
～に ついて		về ～
そうですね。		như vậy nhỉ.
おだいじに。	お大事に。	Chúc bạn sớm bình phục! (dùng nói với người ốm)
こんで います	込んで います	đông
ていねいけい	丁寧形	thể lịch sự
ふつうけい	普通形	thể thường

Giải thích ngữ pháp

Thể thường
Hội thoại dùng thể văn phong bình thường 5

1. Thể thường

1） Trong tiếng Nhật có hai thể văn phong: thể văn phong lịch sự và thể văn phong bình thường. Thể văn phong lịch sự cuối câu văn sử dụng thể lịch sự, thể văn phong bình thường cuối câu văn sử dụng thể thường. ⇒ Bài 14

Thể văn phong bình thường ngoài việc được sử dụng trong hội thoại với bạn bè, còn được áp dụng cho viết luận văn, viết báo chí, v.v..

2） Thể thường có thể kết hợp với nhiều từ khác nhau đứng đằng sau và được dùng ở cả văn phong lịch sự lẫn văn phong bình thường.

Dạng nguyên thể chính là thể thường của thể lịch sự "Vます". Đồng thời, thể ない là thể thường của "Vません", thể た là thể thường của "Vました". Trong bài này, ta sẽ được học thể thường của động từ (phủ định quá khứ) tương ứng với "Vませんでした" và thể thường của tính từ, danh từ.

3） Cách tạo ra thể thường

Dạng phủ định trong quá khứ của động từ được tạo thành bằng cách bỏ "ない" và thay bằng "なかった".

よまない → よまなかった
たべない → たべなかった
こない → こなかった

Thể thường của tính từ đuôi い ta chỉ cần bỏ "です".

Khẳng định phi quá khứ	おおきいです	→ おおきい
Khẳng định quá khứ	おおきかったです	→ おおきかった
Phủ định phi quá khứ	おおきくないです	→ おおきくない
Phủ định quá khứ	おおきくなかったです	→ おおきくなかった

Thể thường của tính từ đuôi な và danh từ được tạo thành như sau:

Khẳng định phi quá khứ	ひまです	→ ひまだ
Khẳng định quá khứ	ひまでした	→ ひまだった
Phủ định phi quá khứ	ひまじゃありません	→ ひまじゃない
Phủ định quá khứ	ひまじゃありませんでした	→ ひまじゃなかった

2. バスは すぐ 来ると 思います。　*Tôi nghĩ là xe buýt sẽ tới ngay bây giờ.*

● **Thể thường と 思います**

1) "と思います" là cách nói được dùng khi người nói nói lên ý kiến hay cảm tưởng của mình hoặc nói về điều mình suy đoán.

   Sử dụng thể thường ở trước trợ từ "と" biểu thị trích dẫn nội dung ý kiến. Khi phủ định nội dung, ta dùng thể phủ định ở trước trợ từ "と".

   バスは すぐ 来ないと 思います。　*Tôi nghĩ là xe buýt sẽ không đến ngay đâu.*

2) Khi hỏi về ý kiến hay cảm tưởng, ta dùng "～についてどうおもいますか". Đằng sau "どう" sẽ không có trợ từ "と" đi kèm nữa.

   A：地下鉄に ついて どう 思いますか。
   　　Bạn nghĩ như thế nào về tàu điện ngầm?
   B：便利だと 思います。　*Tôi nghĩ là nó tiện.*

3) Trường hợp đồng ý với điều đối phương nói, ta sử dụng "そうおもいます".
   A：漢字の 勉強は 大変ですが、役に 立つと 思います。
   　　Tôi nghĩ là việc học chữ Hán thì vất vả nhưng rất có ích.
   B：わたしも そう 思います。　*Tôi cũng nghĩ vậy.*

3. アランさんは 時間が ないと 言いました。

Anh Alain đã nói rằng không có thời gian.

● **Thể thường と 言います**

1) "といいます" là cách nói trích dẫn gián tiếp lời nói của một ai đó. Phần trích dẫn thông thường sẽ sử dụng thể thường, được đánh dấu bởi trợ từ "と". Câu được trích dẫn không bị ảnh hưởng bởi thì của câu chính.

2) Khi muốn hỏi về nội dung của lời nói, ta sử dụng từ để hỏi "なん" nói như sau:

   A：アランさんは 何と 言いましたか。　*Alain đã nói gì?*
   B：時間が ないと 言いました。　*Anh ấy đã nói rằng không có thời gian.*

① 疲れたが、気持ちが よかった。　*Tôi mệt nhưng thoải mái.*

Trong văn phong bình thường ta sử dụng thể thường đặt trước các trợ từ nối "が", "から" không kể đấy là ngôn ngữ nói hay là ngôn ngữ viết.

Thể văn phong bình thường:　楽しかったから、また 行きたい。

Thể văn phong lịch sự:　　　楽しかったですから、また 行きたいです。

Tôi lại muốn đi nữa vì đã rất vui.

A：今日、暇？　*Hôm nay có rảnh không?*
B：うん。　*Có!*

Thể văn phong bình thường của danh từ và tính từ đuôi な là "だ" được lược bỏ trong hội thoại dùng văn phong bình thường.

　　A　：あした 休み？　*Ngày mai nghỉ không?*
　　B１：うん、休み。　*Ừ, nghỉ.*
　　B２：ううん、休みじゃ ない。　*Không, không nghỉ.*

森の 中を 歩きます　*đi bộ trong rừng*

"を" là trợ từ chỉ địa điểm đi qua.

19 Từ và thông tin văn hóa:

体・病気・けが Cơ thể/Bệnh tật/Vết thương

1. 体 Cơ thể

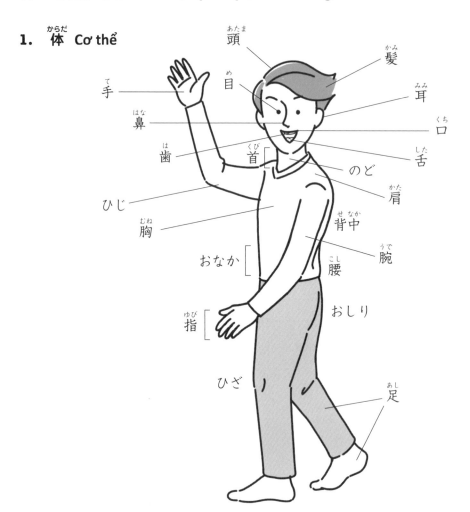

2. 病気・けが Bệnh tật/Vết thương

おなかが痛いです đau bụng
熱があります bị sốt 　　　せきが出ます ho
寒けがします cảm thấy ớn lạnh 　吐きけがします buồn nôn
便秘です bị táo bón 　　　　下痢です bị tiêu chảy

やけどしました bị bỏng

風邪 cảm 　インフルエンザ cúm 　ねんざ bong gân 　骨折 gãy xương
花粉症 dị ứng phấn hoa 　アレルギー dị ứng

20 Đây là chiếc áo phông tôi nhận từ bạn gái.

Hội thoại

Jordan: Pon, cái áo đó được đấy nhỉ!
Chatchai: Cảm ơn cậu!
Jordan: Áo phông mới à?
Chatchai: À ừ!
Jordan: Tôi cũng muốn một chiếc áo phông mới mà không có thời gian đi mua.
Chatchai: Vậy à? Tôi hay mua đồ trên mạng.
Jordan: Vậy, cái đó cũng là đồ cậu mua trên mạng à?
Chatchai: Không, đây là chiếc áo phông tôi nhận từ bạn gái.
Jordan: Thích thế!

Từ vựng

ひ	火	lửa
ビル		tòa nhà
きけん	危険	nguy hiểm
うちゅう	宇宙	vũ trụ
うちゅうステーション	宇宙ステーション	trạm không gian, trạm vũ trụ
ゆめ	夢	giấc mơ, ước mơ
かがくしゃ	科学者	nhà khoa học
じっけん	実験	thí nghiệm
バイオぎじゅつ	バイオ技術	công nghệ sinh học
サンダル		dép xăng đan
ぼうし	帽子	mũ
スカート		chân váy
めがね	眼鏡	kính
かみ	紙	giấy
はさみ		cái kéo
Ｔシャツ		áo sơ mi
アンケート		phiếu khảo sát, bản thăm dò ý kiến
テーマ		chủ đề
うんどう	運動	vận động
シート		tờ
そのた	その他	ngoài ra
こわす Ⅰ	壊す	làm hỏng, phá hủy
しらせる Ⅱ	知らせる	thông báo
せっけいする Ⅲ	設計する	thiết kế
うまれる Ⅱ	生まれる	sinh ra, chào đời
そだてる Ⅱ	育てる	lớn lên, trưởng thành
かぶる[ぼうしを〜] Ⅰ	かぶる[帽子を〜]	đội [mũ]
かける[めがねを〜] Ⅱ	掛ける[眼鏡を〜]	đeo [kính]

する Ⅲ		đeo (cà vạt)
きめる Ⅱ	決める	quyết định
まとめる Ⅱ		tóm tắt, tổng hợp
―ほん／ぼん／ぽん	―本	― chiếc, chai (từ để đếm vật thon, dài)
なんぼん＊	何本	mấy cái, mấy chai
ゆうべ		tối qua
よく		thường
～だけ		chỉ ～
いじょうです。	以上です。	Tôi xin hết ạ! (dùng khi kết thúc phần trình bày của mình)
まあ。		À ừ!
いいなあ。		Tốt nhỉ!/Hay nhỉ! (sử dụng trong nói chuyện thân mật)
クイズ		câu đố

カエサル		Caesa
むらさきしきぶ	紫式部	Murasaki Shikibu
ナポレオン		Napoleon
マリリン・モンロー		Marilyn Monroe
ジョン・レノン		John Lennon
チャップリン		Sác-lô
クレオパトラ		Cleopatra

Giải thích ngữ pháp

Định ngữ

1. Định ngữ

Trong tiếng Nhật, tất cả các từ làm nhiệm vụ bổ sung ý nghĩa cho danh từ dù là một từ đơn hay một câu đều đứng trước danh từ.

1）Định ngữ là danh từ hoặc tính từ.

Từ phần đầu cuốn sách tới giờ chúng ta đã được làm quen với định ngữ là danh từ hoặc tính từ.

日本の 山　*Ngọn núi Nhật Bản* ⇒ Bài 1
高い 山　*Ngọn núi cao* ⇒ Bài 7
有名な 山　*Ngọn núi nổi tiếng* ⇒ Bài 7

2）Định ngữ là một câu.

Trong bài này chúng ta sẽ học định ngữ là một câu

Trong định ngữ là một câu sử dụng thể thường.

あした 来る 人　*Người mà ngày mai sẽ tới*
あした 来ない 人　*Người mà ngày mai sẽ không tới*
昨日 来た 人　*Người mà ngày hôm qua đã tới*
昨日 来なかった 人　*Người mà ngày hôm qua đã không tới*

3）Chủ ngữ trong mệnh đề định ngữ được đánh dấu bằng trợ từ "が".

アンさんは ロボットを 作りました。　*Bạn An đã chế tạo ra con rô bốt.*
↓
アンさんが 作った ロボット　*Con rô bốt mà bạn An đã chế tạo ra.*

2. これは 掃除を する ロボットです。　*Đây là con rô bốt dọn nhà.*

● Câu định ngữ

Thành phần đã được bổ nghĩa "そうじをするロボット" được sử dụng cho các thành phần câu, có thể làm chủ ngữ, vị ngữ, v.v..

アンさんは 掃除を する ロボットを 作りました。

Bạn An đã chế tạo ra một con rô bốt biết dọn nhà..

掃除を する ロボットは 便利です。

Con rô bốt biết dọn nhà rất tiện lợi.

① カエサルは サンダルを 履いて います。　*Caesar đang đi dép xăng đan.*

Trong tiếng Nhật, tùy theo đồ dùng, phụ kiện khoác trên người là gì mà động từ sử dụng sẽ khác nhau.

Kimono, quần áo vest, v.v. sẽ dùng từ "きます"; giày dép, quần, v.v. sẽ dùng từ "はきます"; mũ sẽ dùng từ "かぶります", kính sẽ dùng từ "かけます", đồ trang sức sẽ dùng từ "します".

② 食事は 1日に 2回だけでした。　*Tôi chỉ dùng bữa một ngày hai lần thôi.*

Trợ từ "に" biểu thị tiêu chuẩn của tần xuất hành động.

　　1週間に 1回　*Một tuần một lần*
　　2か月に 1回　*Hai tháng một lần*

③ 色も デザインも 大好きです。　*Cả màu sắc lẫn thiết kế tôi đều thích.*

N1 も N2 も có ý nghĩa là "cả N1 và N2".

A：サンダルを 履いて いる 人は だれですか。
　　Người đang đi dép xăng đan là ai?
B：カエサルです。　*Là Caesar.*

Trường hợp là người nổi tiếng, không có mối quan hệ thân thiết cá nhân với người nói, thường không dùng "～さん" khi nói tên.

Từ và thông tin văn hóa:

色・柄・素材 Màu sắc/Hoa văn/Chất liệu

1. 色 Màu sắc

白 màu trắng　　青 màu xanh dương　　黒 màu đen　　黄色 màu vàng
赤 màu đỏ　　茶色 màu nâu　　緑 màu xanh lá cây　　紺 màu xanh đen
ピンク màu hồng　　紫 màu tím　　オレンジ màu cam
ベージュ màu be　　グレー màu ghi

2. 柄 Hoa văn

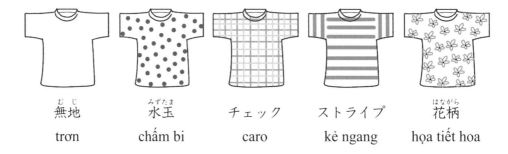

無地　　水玉　　チェック　　ストライプ　　花柄
trơn　　chấm bi　　caro　　kẻ ngang　　họa tiết hoa

3. 素材 Chất liệu

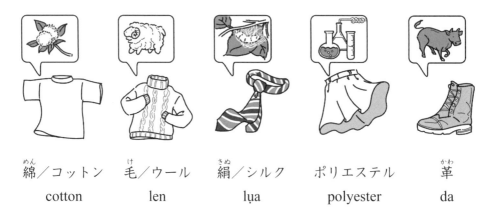

綿／コットン　　毛／ウール　　絹／シルク　　ポリエステル　　革
cotton　　len　　lụa　　polyester　　da

21 Nếu trời mưa, tua sẽ bị hủy.

Hội thoại

Kim: Xin lỗi cho em hỏi, đăng ký tua đi bộ đường dài ở đây phải không ạ?
Tanaka: Vâng, bạn hãy viết vào tờ đăng ký này.
Kim: Vâng.
Tanaka: Sau khi viết xong bạn hãy cho vào hộp này nhé.
Kim: Vâng. À, cho dù trời mưa thì vẫn có tua chứ ạ?
Tanaka: Không, nếu mưa thì chúng tôi sẽ hoãn lại.
Nếu bạn lo lắng thì buổi sáng hãy gọi điện tới đây.
Kim: Vâng, em hiểu rồi.
Tanaka: Buổi sáng, hãy tới trường trước 8 giờ.

Từ vựng

21

ゆき	雪	tuyết
ざんぎょう	残業	làm thêm giờ, tăng ca
びょうき	病気	ốm
みち	道	đường
キャッシュカード		thẻ rút tiền
こうつう	交通	giao thông
じこ	事故	tai nạn
こうつうじこ	交通事故	tai nạn giao thông
じしん	地震	động đất
たいふう＊	台風	bão
けいさつ	警察	cảnh sát
エンジン		động cơ
ちょうし	調子	tình trạng
じゅけんひょう	受験票	phiếu dự thi, phiếu báo danh
あさねぼう	朝寝坊	ngủ dậy muộn, ngủ quên
ラブレター		thư tình
せいせき	成績	thành tích
おしゃべり		nói chuyện
ず	図	hình, hình vẽ
いえ	家	nhà, ngôi nhà
ちから	力	sức mạnh, sức
とし	年	năm, tuổi
へび	蛇	con rắn
おや	親	bố mẹ
ふつう	普通	thông thường, bình thường
ツアー		tua, tua du lịch
もうしこみ	申し込み	đăng ký, xin
～しょ	～書	đơn ～
もうしこみしょ	申込書	đơn xin, tờ đăng ký
ちゅうし	中止	hoãn
ふる　Ⅰ	降る	rơi
まよう　Ⅰ	迷う	lạc (đường), phân vân, rối (đường ＋に)

なくす	I		làm mất
あう	I	遭う	gặp (tai nạn＋に)
おきる	II	起きる	thức dậy, xảy ra
わすれる	II	忘れる	quên
ひろう	I	拾う	nhặt
たりる	II	足りる	đủ
つく	I	着く	đến nơi (địa điểm＋に)
とどく	I	届く	được gửi đến, được chuyển đến
さく	I	咲く	nở
しょうかいする	III	紹介する	giới thiệu
やめる	II		từ bỏ
くみたてる	II	組み立てる	lắp ráp
ふとる	I	太る	béo
やせる＊	II		gầy
おとす	I	落とす	làm rơi
われる	II	割れる	vỡ
よう	I	酔う	say (bia, rượu, tàu xe…)
こわれる	II	壊れる	hỏng
ちゅういする	III	注意する	chú ý
けんかする	III		cãi nhau
すききらいする	III	好き嫌いする	yêu ghét
サボる	I		trốn (học, làm)
わるい		悪い	xấu
よわい		弱い	yếu
つよい＊		強い	mạnh
あまい		甘い	ngọt
しあわせ[な]		幸せ[な]	hạnh phúc, sung sướng
しんぱい[な]		心配[な]	lo lắng
―にんのり		―人乗り	chở được ― người
～いか		～以下	dưới ～, từ ～ trở xuống
～いじょう＊		～以上	trên ～, từ ～ trở lên
～までに			cho đến ～

Giải thích ngữ pháp

Câu điều kiện

21

1. 雪が たくさん 降ったら、早く うちへ 帰ります。

Nếu tuyết rơi thì tôi sẽ về nhà sớm.

● S1 たら、S2

Đây la cách nói biểu thị điều kiện giả định. "S1 たら" diễn tả điều kiện giả định, thể hiện nếu S1 được xác lập thì S2 được xác lập. Có nghĩa là "Nếu S1 thì S2". "S たら" sẽ có động từ, tính từ, danh từ biến đổi theo dạng "Thể thường quá khứ ＋ら".

		Khẳng định	Phủ định
V	ふる	ふったら	ふらなかったら
いA	たかい	たかかったら	たかくなかったら
なA	ひまだ	ひまだったら	ひまじゃなかったら
N	あめだ	あめだったら	あめじゃなかったら

2. 駅に 着いたら、電話して ください。　*Sau khi tới ga thì hãy gọi cho tôi.*

● V たら、S

"V たら" cũng được dùng để mô tả một điều gì đó sẽ chắc chắn xảy ra trong tương lai. S thể hiện một hành động diễn ra sau khi V hoàn thành. "V たら" có nghĩa là "sau khi V".

3. 宿題が あっても、コンサートに 行きます。

Cho dù có bài tập, tôi vẫn sẽ đi nghe hòa nhạc.

● S1 ても、S2

Đây là cách nói biểu thị điều kiện giả định ngược. Có nghĩa là "cho dù". Thể hiện trong điều kiện được nói đến ở S1 thì lại xảy ra ở S2 một việc đi ngược lại với kết quả dự đoán là đương nhiên sẽ xảy ra ở S1.

"S ても" được tạo thành bằng cách thêm "も" vào sau thể て.

		Khẳng định	Phủ định
V	かく	かいても	かかなくても
	ある	あっても	なくても
いA	たかい	たかくても	たかくなくても
なA	ひまだ	ひまでも	ひまじゃなくても
N	あめだ	あめでも	あめじゃなくても

① 地震が 起きます。　*Động đất xảy ra.*

"が" là trợ từ được dùng để biểu thị sự phát sinh của hiện tượng tự nhiên, tai nạn, v.v..

② 8時までに 来て ください。　*Hãy tới đây trước 8 giờ.*

"までに" là một trợ từ được dùng để biểu thị kỳ hạn cuối cùng cần phải thực hiện hành động.

③ 学校に 来て ください。　*Hãy tới trường.*

"に" là một trợ từ được dùng để biểu thị đích đến của chuyển động. Giống như "へ" chỉ phương hướng, "に" cũng đi cùng với các động từ chuyển động như "いく", "くる", "かえる".

Từ và thông tin văn hóa:

日本の 時代 Các thời kỳ của Nhật Bản

年 năm

① 縄文時代
Thời kỳ Jomon

② 弥生時代
Thời kỳ Yayoi

③ 大和時代
Thời kỳ Yamato

④ 奈良時代
Thời kỳ Nara

⑤ 平安時代
Thời kỳ Heian

⑥ 鎌倉時代
Thời kỳ Kamakura

⑦ 室町時代
Thời kỳ Muromachi

⑧ 安土桃山時代
Thời kỳ Azuchi-Momoyama

⑨ 江戸時代　Thời kỳ Edo

⑩ 明治　Thời kỳ Minh trị

⑪ 大正　Thời kỳ Taishou

⑫ 昭和　Thời kỳ Showa

⑬ 平成　Thời kỳ Heisei

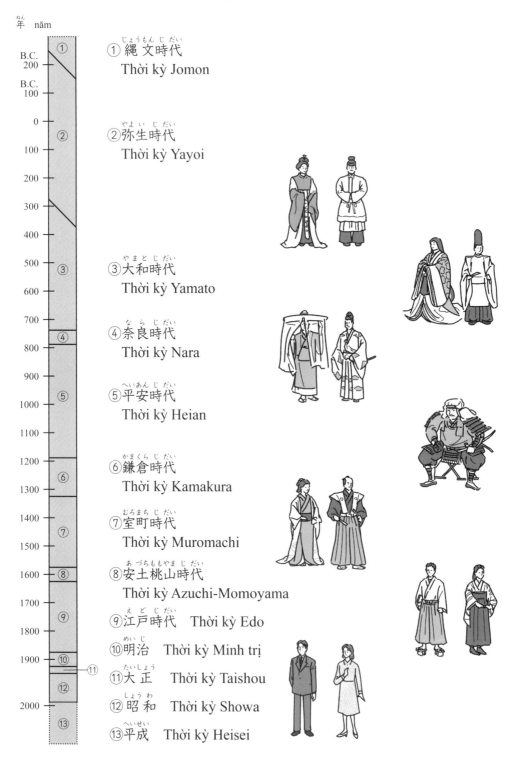

22 Chị đã nấu ăn cho tôi.

Hội thoại

Selkan: Chị Watanabe, cám ơn chị thời gian qua đã quan tâm giúp đỡ tôi rất nhiều.
Watanabe: Không, chính tôi mới phải cảm ơn anh đấy chứ.
Selkan: Hồi tôi bị ốm, chị đã nấu ăn cho tôi nhỉ!
Watanabe: À, đúng vậy nhỉ!
Selkan: Tôi đã rất là vui. Thực sự cảm ơn chị rất nhiều.
Watanabe: Tôi cũng đã được anh dạy cho nhiều thứ, tôi đã biết thêm nhiều về Thổ Nhĩ Kỳ. Việc thực tập của anh khi nào sẽ bắt đầu?
Selkan: Từ tuần sau ạ.
Watanabe: Đến Nagasaki thì vẫn hãy cố gắng nhé.
Selkan: Vâng, nếu có cơ hội chị hãy tới Nagasaki chơi nhé.
Watanabe: Cảm ơn anh! Anh nhớ giữ gìn sức khỏe nhé.

Từ vựng

にんぎょう	人形	búp bê
ハンカチ		khăn tay
けいこうとう	蛍光灯	đèn huỳnh quang, đèn tuýp
けが		vết thương
プロジェクター		máy chiếu
ひ	日	ngày
とおく	遠く	xa
インターンシップ		thực tập
たのしみ	楽しみ	niềm vui
みなさま	皆様	các quý vị (từ lịch sự của みなさん)
こと		việc, chuyện
きかい	機会	cơ hội
こちら		chỗ này (cách nói lịch sự của "ここ")
そちら*		chỗ đó (cách nói lịch sự của "そこ")
あちら*		chỗ kia (cách nói lịch sự của "あそこ")
くれる Ⅱ		cho (mình)
つれて いく Ⅰ	連れて 行く	dẫn đi
つれて くる* Ⅲ	連れて 来る	dẫn đến
みる Ⅱ	見る	nhìn, xem
なおす Ⅰ	直す	sửa chữa
とりかえる Ⅱ	取り替える	đổi lấy cái khác
ごうかくする Ⅲ	合格する	đỗ, thi đỗ (thi+に)
わたす Ⅰ	渡す	đưa cho, trao
つける Ⅱ		bật
くばる Ⅰ	配る	phân phát
うれしい		vui mừng

この あいだ	この 間	vừa rồi, mấy bữa trước
～けん	～県	tỉnh
～と	～都	thủ đô
～し	～市	thành phố
～く	～区	quận ～
～さま	～様	ngài ～ (cách nói lịch sự hơn "～さん")
ごめん。		Xin lỗi! (cách nói thân mật của "すみません")
おせわに なりました。	お世話に なりました。	Cảm ơn vì đã giúp đỡ tôi.
いいえ、こちらこそ。		Không, chính tôi mới là người được như vậy!
おげんきで。	お元気で。	Chúc bạn luôn mạnh khỏe!
おげんきですか。	お元気ですか。	Bạn có khỏe không?
そうでしたね。		Đúng vậy nhỉ

トルコ		Thổ Nhĩ Kỳ
ぶんきょうく	文京区	quận Bunkyo
こいしかわ	小石川	Koishikawa
ながさき(けん)	長崎(県)	tỉnh Nagasaki
うえだし	上田市	thành phố Ueda
うえだ	上田	Ueda

Giải thích ngữ pháp

Câu có động từ làm vị ngữ 5: Động từ cho nhận

1. 渡辺さんは わたしに 本を くれました。　*Watanabe đã cho tôi quyển sách.*

   ● **N1 (người) に N2 (vật) を くれる**

   "くれる" chỉ dùng khi người nhận là người nói hoặc ai đó thuộc nhóm của người nói (người gần gũi với người nói như gia đình, v.v.) và có nghĩa là "cho (tôi)". Mặt khác, "あげる" dùng khi người nhận không phải là người nói hay thuộc nhóm của người nói. Do đó, "わたなべさんはわたしにほんをあげました" là sai.

   渡辺さんは わたしに 本を くれました。

   Chị Watanabe đã cho tôi quyển sách.

   渡辺さんは 妹に 本を くれました。

   Chị Watanabe đã cho em gái tôi quyển sách.

   渡辺さんは リンさんに 本を あげました。

   Chị Watanabe đã cho Lin quyển sách.

   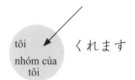

2. 渡辺さんは わたしに 日本の 歌を 教えて くれました。

   Chị Watanabe đã dạy cho tôi bài hát tiếng Nhật.

   ● **V て くれる**

   "くれる" để ở thể て, diễn tả việc một hành động của ai đó đã mang đến ơn huệ, lợi ích cho người nói và thể hiện thái độ biết ơn đứng trên góc độ của bên nhận hành động. Giống như trường hợp sử dụng với tư cách là động từ chính, bên nhận ơn huệ, lợi ích là người nói hoặc thành viên của nhóm với người nói. Người mang đến lợi ích, ơn huệ sẽ đóng vai trò là chủ ngữ.

   ① 渡辺さんは わたしに 日本の 歌を 教えました。

   Chị Watanabe đã dạy tôi bài hát tiếng Nhật.

   ② 渡辺さんは わたしに 日本の 歌を 教えて くれました。

   Chị Watanabe đã dạy cho tôi bài hát tiếng Nhật.

   Ở câu ① chỉ đơn thuần tường thuật việc chị Watanabe đã dạy bài hát, còn ở câu ② có thể hiện thêm tình cảm của người nói rằng mình đã nhận được lợi ích thông qua việc chị Watanabe dạy.

   Như vậy, động từ cho nhận được sử dụng ghép nối với động từ thể て thể hiện việc cho và nhận lợi ích hay ơn huệ xảy ra đồng thời khi diễn ra hành động.

3. わたしは 渡辺さんに 日本の 歌を 教えて もらいました。

Tôi được chị Watanabe dạy cho bài hát tiếng Nhật.

● V て もらう

Đây là cách nói thể hiện rằng người nói nhận được lợi ích, ơn huệ bởi một hành động của ai đó. Người tiếp nhận lợi ích, ơn huệ sẽ đóng vai trò làm chủ ngữ.

わたしは 渡辺さんに 日本の 歌を 歌って もらいました。

Tôi đã được chị Watanabe hát cho nghe bài hát Nhật Bản.

Mang hàm ý rằng: "Tôi cám ơn việc chị Watanabe đã hát bài hát Nhật Bản".

4. わたしは 渡辺さんに わたしの 国の 歌を 教えて あげました。

Tôi dạy cho chị Watanabe bài hát của đất nước tôi.

● V て あげる

Câu này có nghĩa rằng người nói mang đến lợi ích, ơn huệ cho người không thuộc nhóm của mình. Người mang đến lợi ích, ơn huệ sẽ đóng vai trò làm chủ ngữ.

わたしは 渡辺さんに わたしの 国の 歌を 歌って あげました。

Tôi đã hát cho chị Watanabe nghe bài hát của đất nước tôi.

Cách nói này đôi khi gây ấn tượng về sự tự cao tự phụ, vì vậy không nên sử dụng khi nói chuyện trực tiếp với người trên rằng mình sẽ làm/đã làm gì đó cho người đó.

---

① A：だれが 浴衣を 貸して くれましたか。　Ai đã cho bạn mượn Yukata?
　B：渡辺さんが 貸して くれました。　Chị Watanabe đã cho tôi mượn.

Sau từ để hỏi như "だれ", "どこ", "なに", "いつ", v.v. thì không dùng trợ từ thể hiện chủ đề "は" mà dùng trợ từ "が". Ngoài ra, khi trả lời cho câu hỏi tương ứng cũng sử dụng trợ từ "が".

② トルコ語を 教えて くれて、ありがとう。

Cảm ơn bạn đã dạy cho tôi tiếng Thổ Nhĩ Kỳ.

"V てくれて、ありがとう" là cách nói biểu thị sự biết ơn của người nói đối với việc đã nhận ơn huệ từ hành động của người nghe. Có nghĩa là "cảm ơn vì đã V". Sử dụng "V てくださって、ありがとうございます" dành cho người trên.

Từ và thông tin văn hóa:

年賀状 Thiệp chúc mừng năm mới

1. 十二支 12 con giáp

ねずみ　うし　とら　うさぎ　たつ　へび
うま　ひつじ　さる　とり　いぬ　いのしし

2. 年賀状を 書きましょう Viết thiệp chúc mừng năm mới

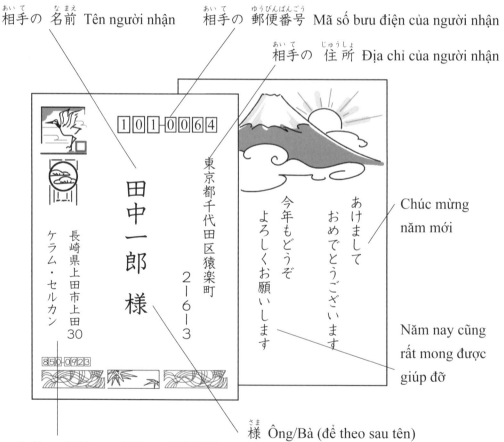

相手の 名前 Tên người nhận
相手の 郵便番号 Mã số bưu điện của người nhận
相手の 住所 Địa chỉ của người nhận
あけまして おめでとうございます Chúc mừng năm mới
今年もどうぞ よろしくお願いします Năm nay cũng rất mong được giúp đỡ
様 Ông/Bà (để theo sau tên)
自分の 住所と 名前と 郵便番号 Địa chỉ, tên và mã số bưu điện của người gửi

まとめ 4

Từ vựng

ぼく	僕	tôi (là cách nói thân mật của "わたし", nam giới sử dụng)
けしゴム	消しゴム	cục tẩy
ドア		cửa ra vào
しょうがっこう	小学校	trường tiểu học
みんな		mọi người
こえ	声	giọng nói, tiếng
ぶん	文	câu văn, bài văn
おどろく I	驚く	giật mình, sửng sốt
さびしい	寂しい	buồn
ある ～		～ nọ, ～ nào đó
おなじ ～	同じ ～	cùng ～, ～ giống nhau
～くん	～君	em ～, cậu ～ (là cách nói thân mật của "～さん", nam giới sử dụng)
おめでとう。		Xin chúc mừng!

いしだ	石田	Ishida
ゆうた	勇太	Yuta

巻末(かんまつ)

Từ vựng

—ぶんの —	—分の —	— phần —
おく	億	một trăm triệu
—てん—	—点—	— điểm —
かず	数	số, số lượng
じこく	時刻	thời gian, giờ
ようび	曜日	ngày thứ
おととし		năm kia
さらいねん	再来年	sang năm
カレンダー		lịch
—ねんはん	—年半	— năm rưỡi
かぞえかた	数え方	cách đếm
よびかた	呼び方	cách gọi
やまだ	山田	Yamada
かたち	形	hình dạng
チャート		biểu đồ, đồ thị

執筆者

山﨑佳子	元東京大学大学院工学系研究科
石井怜子	麗澤大学
佐々木薫	
高橋美和子	
町田恵子	元公益財団法人アジア学生文化協会日本語コース

ベトナム語翻訳
LÊ LỆ THỦY

本文イラスト
内山洋見

カバーイラスト
宮嶋ひろし

装丁・本文デザイン
山田武

日本語初級1大地
文型説明と翻訳　ベトナム語版

2017年9月29日　初版第1刷発行

著　者	山﨑佳子　石井怜子　佐々木薫　高橋美和子　町田恵子
発行者	藤嵜政子
発　行	株式会社スリーエーネットワーク
	〒102-0083　東京都千代田区麹町3丁目4番
	トラスティ麹町ビル2F
電話	営業　03（5275）2722
	編集　03（5275）2725
	http://www.3anet.co.jp/
印　刷	倉敷印刷株式会社

ISBN978-4-88319-749-1　C0081

落丁・乱丁本はお取替えいたします。
本書の全部または一部を無断で複写複製（コピー）することは著作権法上での例外を除き、禁じられています。

日本語学校や大学で日本語を学ぶ外国人のための日本語総合教材

大地 シリーズ

■初級1

日本語初級1 大地　メインテキスト
山﨑佳子・石井怜子・佐々木薫・高橋美和子・町田恵子●著
B5判 195頁＋別冊解答 46頁　CD1枚付　2,800円＋税〔978-4-88319-476-6〕

日本語初級1 大地　文型説明と翻訳〈英語版〉〈中国語版〉〈韓国語版〉
山﨑佳子・石井怜子・佐々木薫・高橋美和子・町田恵子●著　B5判 162頁　2,000円＋税
英語版〔978-4-88319-477-3〕中国語版〔978-4-88319-503-9〕韓国語版〔978-4-88319-504-6〕

日本語初級1 大地　基礎問題集
土井みつる●著
B5判 60頁＋別冊解答 12頁　900円＋税〔978-4-88319-495-7〕

日本語初級1 大地　漢字学習帳〈英語版〉
中西家栄子・武田明子●著
B5判 123頁　1,400円＋税〔978-4-88319-674-6〕

文法まとめリスニング 初級1―日本語初級1 大地準拠―
佐々木薫・西川悦子・大谷みどり●著
B5判 53頁＋別冊解答 42頁　CD2枚付　2,200円＋税〔978-4-88319-754-5〕

日本語初級1 大地　教師用ガイド「教え方」と「文型説明」
山﨑佳子・佐々木薫・高橋美和子・町田恵子●著
B5判 183頁　CD-ROM 1枚付　2,800円＋税〔978-4-88319-551-0〕

■初級2

日本語初級2 大地　メインテキスト
山﨑佳子・石井怜子・佐々木薫・高橋美和子・町田恵子●著
B5判 187頁＋別冊解答 44頁　CD1枚付　2,800円＋税〔978-4-88319-507-7〕

日本語初級2 大地　文型説明と翻訳〈英語版〉〈中国語版〉〈韓国語版〉
山﨑佳子・石井怜子・佐々木薫・高橋美和子・町田恵子●著　B5判 156頁　2,000円＋税
英語版〔978-4-88319-521-3〕中国語版〔978-4-88319-530-5〕韓国語版〔978-4-88319-531-2〕

日本語初級2 大地　基礎問題集
土井みつる●著
B5判 56頁＋別冊解答 11頁　900円＋税〔978-4-88319-524-4〕

日本語初級2 大地　漢字学習帳〈英語版〉
中西家栄子・武田明子●著
B5判 101頁　1,400円＋税〔978-4-88319-684-5〕

日本語初級2 大地　教師用ガイド「教え方」と「文型説明」
山﨑佳子・佐々木薫・高橋美和子・町田恵子●著
B5判 160頁　CD-ROM 1枚付　2,800円＋税〔978-4-88319-579-4〕

日本語学習教材の
スリーエーネットワーク

http://www.3anet.co.jp/
ウェブサイトで新刊や日本語セミナーを紹介しております
営業　TEL: 03-5275-2722　FAX: 03-5275-2729